Được yêu thương, được lựa chọn và trọn vẹn:

Hành trình 30 ngày từ sự từ chối đến sự phục hồi

Qua

Thần Chiến Binh Zacharias ;

Đại sứ Monday Ogbe ;

Thoải mái Ladi Ogbe

-

Zacharias Godseagle;

Ambassador Monday O. Ogbe;

Comfort Ladi Ogbe

Trang bản quyền

Được yêu thương, được chọn lựa và trọn vẹn: Hành trình 30 ngày từ sự từ chối đến sự phục hồi

Thiết kế bìa bởi God's Eagle Team
In tại Hoa Kỳ Ấn
bản đầu tiên, 2025

Được xuất bản bởi
Zachariah Godseagle và
Bộ Truyền giáo Đại bàng của Chúa – GEMs
https://www.otakada.org

Để xin phép, thắc mắc hoặc cấp phép nhóm, vui lòng liên hệ: ambassador@otakada.org

Về cuốn sách

Bạn có mệt mỏi vì cảm thấy không được mong muốn, bị bỏ qua hoặc như thể bạn sẽ không bao giờ đạt đến mức đó không?
Loved, Chosen and Whole: A 30-Day Journey from Rejection to Restoration không chỉ là một cuốn sách sùng đạo—mà còn là lời mời gọi mang lại sự sống để khám phá lại giá trị thực sự của bạn, lấy lại bản sắc của bạn và vươn lên đến sự trọn vẹn của con người mà Chúa đã tạo ra bạn.

Được viết từ góc nhìn của cả nam và nữ và đan xen với những câu chuyện mạnh mẽ, đầy cảm xúc của Michael và Grace, hành trình biến đổi này mang đến sự chữa lành hàng ngày thông qua kinh thánh, những suy ngẫm chân thành, những lời cầu nguyện chiến lược và nhật ký có hướng dẫn. Cho dù bạn đang chiến đấu với những vết thương từ thời thơ ấu, các mối quan hệ, chức vụ hay lãnh đạo, cuốn sách này sẽ đưa bạn từ đống tro tàn của sự từ chối đến với vẻ đẹp của sự phục hồi.

Bạn sẽ học cách:

- ***Thoát khỏi những lời dối trá của sự vô giá trị và sự tự ti***
- ***Làm im lặng tiếng vọng của sự phản bội trong quá khứ và những vết thương tình cảm***
- ***Hãy chấp nhận bản sắc mà Chúa ban cho bạn như được yêu thương, được lựa chọn và trọn vẹn***
- ***Hãy tha thứ sâu sắc và bước đi trong hòa bình***
- ***Khám phá mục đích và sử dụng câu chuyện của bạn để chữa lành cho người khác***

Mỗi ngày sẽ đưa bạn đến gần hơn với trái tim của Chúa Cha, đổi mới tâm trí và phục hồi tâm hồn bạn. Đây là thời gian của bạn. Đây là sự chữa lành của bạn. Đây là **hành trình trở về sự toàn vẹn của bạn** . Với tình yêu thương từ **Zachariah; Amb . Ogbe và Comfort Ladi**

Từ khóa cho Được yêu thương, Được lựa chọn và Toàn vẹn: Hành trình 30 ngày từ Bị từ chối đến Phục hồi -

- *Sự chữa lành từ sự từ chối*
- *Sự sùng kính của Cơ đốc giáo để chữa lành*
- *Vượt qua sự từ chối bằng đức tin*
- *30 ngày cầu nguyện để chữa lành cảm xúc*
- *Lời cầu nguyện cho những trái tim tan vỡ*
- *Tìm kiếm bản sắc trong sự sùng kính của Chúa Kitô*
- *Phục hồi sau khi bị từ chối học Kinh Thánh*
- *Lòng sùng kính tình yêu và chữa lành của Chúa*
- *Sự sùng kính của Cơ đốc giáo về lòng tự trọng*
- *Hướng dẫn cầu nguyện để chữa lành sự từ chối*
- *Sự chữa lành cảm xúc của Kinh Thánh*
- *Sùng kính để phục hồi tinh thần*
- *Sự chữa lành từ sự bỏ rơi*
- *Sùng kính cho sự tan vỡ và chữa lành*
- *Hành trình phục hồi sự sùng kính*
- *Sùng kính về sự chấp nhận của Chúa*
- *Sự sùng kính chữa lành dựa trên đức tin*

- ***Sách cầu nguyện Kitô giáo đầy cảm hứng***
- ***Sùng đạo để vượt qua sự từ chối và nỗi đau***
- ***Sách hướng dẫn cầu nguyện để chữa lành***

Sự cống hiến

Gửi đến tất cả những ai từng cảm thấy mình không xứng đáng, không được yêu thương, không được nhìn nhận hoặc không được mong muốn— Cuốn sách này dành cho bạn.

Gửi đến đứa trẻ bị bỏ rơi, người lãnh đạo bị phản bội, người bạn đời bị từ chối, người bạn bị bỏ rơi— Hành trình này chính là sự chữa lành của bạn.

Gửi đến tất cả những người đàn ông và phụ nữ đã khóc trong im lặng, nghi ngờ giá trị của mình và đặt câu hỏi về vị trí của mình
. Các bạn không đơn độc.

Và Đấng nhìn thấy, chữa lành, phục hồi và không bao giờ từ chối—Chúa Giê-xu Christ, Đấng Cứu Chuộc của chúng ta— Mọi vinh quang và danh dự đều thuộc về Ngài.

Lời cảm ơn

Trước hết, chúng ta dâng mọi vinh quang lên **Đức Chúa Trời Toàn Năng** , Đấng chữa lành những trái tim tan vỡ, Đấng phục hồi vận mệnh và là Đấng không bao giờ từ chối những ai đến với Ngài.

Chúa **Thánh Linh** , Đấng An ủi, Đấng Cố vấn và Người Bạn đồng hành luôn bên chúng ta, vì đã thổi sức sống vào những trang sách này và hướng dẫn từng từ ngữ một cách có mục đích.

Gửi đến những **người đàn ông và phụ nữ có câu chuyện truyền cảm hứng cho bài suy ngẫm này** , dù trực tiếp hay gián tiếp—cảm ơn vì sự yếu đuối và lòng dũng cảm của các bạn. Hành trình của các bạn nhắc nhở chúng ta rằng không có nỗi đau nào là lãng phí trong tay Chúa.

Đối với **những người cầu bầu, người cố vấn và những người cha, người mẹ tâm linh** đã cầu nguyện, tiên tri và đổ đầy sự hỗ trợ vào tầm nhìn này, sự hỗ trợ của các bạn là nền tảng.

Đặc biệt chúng tôi muốn cảm ơn Billy Graham, người được ban phước vì đã đóng góp vào cuốn **HOW TO BE BORN AGAIN. Thật vô giá đối với quá trình chữa lành và phục hồi. Chúa ban phước cho BẠN!**

ơn đội **ngũ của God's Eagle Ministries – GEMs** vì sự ủng hộ không ngừng nghỉ và cam kết không mệt mỏi trong việc truyền bá sự chữa lành và chân lý trên toàn cầu.

Gửi đến tất cả những ai đã từng trải qua sự từ chối và vẫn dám tin tưởng một lần nữa, **cuốn sách này chính là lời tri ân cho sức bền bỉ của bạn.**

Và với bạn, người đọc—cảm ơn bạn đã mở lòng để chữa lành. Mong rằng hành trình này sẽ dẫn bạn đến một cuộc sống phục hồi, bản sắc và mục đích thiêng liêng.

Giới thiệu

Sự từ chối là một trong những trải nghiệm đau đớn nhất của cuộc sống. Nó đến một cách thầm lặng, nhưng lại nói rất to. Nó thì thầm rằng bạn không đủ tốt, không được mong muốn, không xứng đáng. Cho dù nó đến từ cha mẹ đã bỏ đi, một đối tác đã phản bội tình yêu của bạn, một nhà lãnh đạo không bao giờ tin tưởng bạn, hay một hệ thống đã bỏ qua bạn—nó để lại dấu ấn trong tâm hồn.

Tôi đã trải qua sự từ chối. Tôi đã cảm thấy nỗi đau khi bị đánh giá sai, bị bỏ rơi và không được nhìn thấy. Nhưng tôi cũng đã khám phá ra điều gì đó lớn lao hơn: một tình yêu không bao giờ thất bại, một giọng nói gọi tôi là người được chọn và một sự chữa lành mà không vết thương nào có thể chịu đựng được. Khám phá đó đã sinh ra sự sùng kính này.

"Được yêu thương, được chọn lựa và trọn vẹn" không chỉ là một danh hiệu—đó là bản sắc thiêng liêng của bạn.

Hành trình 30 ngày này được tạo ra với lòng trắc ẩn, Kinh thánh và những câu chuyện có thật để giúp bạn thoát khỏi bóng tối của sự từ chối và bước vào ánh sáng của sự phục hồi. Bạn sẽ gặp **Michael** và **Grace** , hai giọng nói dễ đồng cảm, những người đại diện cho những cuộc đấu tranh và chiến thắng mà tất cả chúng ta phải đối mặt trong cuộc chiến để được thuộc về. Thông qua câu chuyện của họ—và của chính bạn—bạn sẽ khám phá ra sự thật, đối mặt với những lời nói dối và khám phá lại Đấng không bao giờ từ chối bạn: Chúa.

Mỗi ngày mang lại cho bạn:

- **Một câu chuyện dễ hiểu để thu hút bạn**
- **Một sự thật từ Kinh Thánh để neo giữ bạn**
- **Một sự phản chiếu để khuấy động trái tim bạn**
- **Một lời cầu nguyện để điều chỉnh tinh thần của bạn**
- **Một lời nhắc nhật ký giúp bạn xử lý quá trình chữa lành của mình**

Cuốn sách này là nơi an toàn của bạn. Nó dành cho những trái tim tan vỡ, những người mạnh mẽ nhưng mệt mỏi và những người đau khổ thầm lặng. Cho dù bạn đang đọc cuốn sách này từ một nơi đau đớn mới hay từ những vết sẹo vẫn còn đau, tôi muốn bạn biết rằng:

Bạn không đơn độc. Bạn được yêu thương sâu sắc. Bạn được chọn. Và đúng vậy—bạn là toàn vẹn.

Hãy để đây là bước ngoặt của bạn. Hãy để đây là sự phục hồi của bạn.

Chào mừng bạn đến với hành trình chữa lành của mình.

Thông điệp gửi đến các Trưởng nhóm và Người điều phối

Kính gửi đồng chí lãnh đạo,
Cảm ơn tấm lòng của bạn khi đồng hành cùng người khác trên hành trình từ sự từ chối đến sự phục hồi. Bạn đang làm công việc thiêng liêng.

Sách hướng dẫn này được thiết kế không chỉ để suy ngẫm cá nhân mà còn cho các nhóm nhỏ, các mục vụ chữa lành, vòng tròn cầu nguyện và các bối cảnh tư vấn. Mỗi ngày đều có những chủ đề mạnh mẽ, Kinh thánh và những trải nghiệm thực tế có thể khơi dậy cuộc trò chuyện sâu sắc và sự chuyển đổi trong bối cảnh nhóm.

Sau đây là một số gợi ý giúp bạn hỗ trợ hiệu quả:

- *Bắt đầu mỗi buổi cầu nguyện, mời Chúa Thánh Linh mang đến sự chữa lành và hiểu biết sâu sắc.*

- *Đọc to lời cầu nguyện hàng ngày, sau đó dành thời gian cho các thành viên trong nhóm suy ngẫm riêng.*

- *Sử dụng các câu hỏi phản ánh để hướng dẫn cuộc trò chuyện trung thực và tôn trọng.*

- *Khuyến khích viết nhật ký, nhưng hãy coi việc chia sẻ là tùy chọn—một số quá trình chữa lành diễn ra trong im lặng.*

- *Kết thúc bằng lời cầu nguyện, cùng nhau nói lên lời cầu nguyện như một cộng đồng đức tin.*

- *Tạo ra một không gian ân sủng, riêng tư và không phán xét - điều này rất quan trọng cho quá trình chữa lành sâu sắc.*

- Bạn cũng có thể muốn dành một khoảng thời gian đặc biệt vào Ngày 30 để làm chứng, thờ phượng hoặc cầu nguyện ban phước cho những người tham gia đang bước vào mục đích sau khi được chữa lành.

Hãy nhớ rằng : chữa lành là một hành trình, không phải là đích đến. Sự lãnh đạo, lòng đồng cảm và sự nhạy cảm về mặt tâm linh của bạn là chìa khóa để mở ra sự tự do cho người khác. Khi Chúa sử dụng cuốn sách này, xin Ngài cũng sử dụng bạn để trở thành một phương tiện cho sự an ủi và phục hồi của Ngài.

Với lòng biết ơn sâu sắc và lời cầu nguyện,
Zachariah Godseagle ; Đại sứ Monday O. Ogbe ; Comfort Ladi Ogbe
God's Eagle Ministries – GEMs
www.otakada.org

Khuyến nghị đặc biệt cho các nhà thờ/bộ

- **Cung cấp sự sùng kính này như một phần của chiến dịch chữa lành kéo dài 30 ngày.** Quảng bá nó trong các buổi lễ, nghiên cứu Kinh thánh hoặc các buổi tư vấn đặc biệt.
- **Sử dụng trong các mục vụ giải cứu và chữa lành bên trong.** Các chủ đề phù hợp với sự phục hồi tâm linh sâu sắc.
- **Kết hợp lời chứng thực** vào cuối chu kỳ 30 ngày để khích lệ và phát triển.
- **Hãy cân nhắc các chương trình tiếp theo** về khám phá mục đích, lòng tự trọng và sự phát triển tâm linh để tiếp tục quá trình chuyển đổi.

Cấp phép & Sử dụng nhóm:
Để sao chép số lượng lớn hoặc truy cập nhóm kỹ thuật số, vui lòng liên hệ với chúng tôi tại Ambassador@otakada.org để được giảm giá hoặc tùy chỉnh phiên bản cho tổ chức của bạn.

Hãy để cuộc hành trình này không chỉ là một buổi lễ sùng đạo—hãy để nó trở thành một phong trào chữa lành, tự do và phục hồi thiêng liêng trên khắp Thân thể Đấng Christ.

Phụ lục Hướng dẫn của Người hướng dẫn: Dành cho các Nhà thờ, Bộ và Nhóm chữa lành

Mục đích:
Sách cầu nguyện này lý tưởng để **sử dụng trong các nhà thờ, mục vụ chữa lành, nhóm tư vấn và các nhóm hỗ trợ,** nơi mọi người đang tìm kiếm sự trọn vẹn từ những vết thương về mặt cảm xúc, tâm linh và mối quan hệ.

Định dạng nhóm được đề xuất (Sử dụng hàng tuần hoặc hàng ngày):

1. **Lời cầu nguyện và thờ phượng mở đầu (5–10 phút)**
   Chào đón Chúa Thánh Linh vào giữa vòng bạn và tạo ra bầu không khí bình an và cởi mở.
2. **Đọc Kinh Thánh (5–10 phút)**
   Đọc to mục nhập hàng ngày hoặc giao trước. Thay phiên nhau đọc hàng tuần để thu hút sự tham gia.
3. **Suy ngẫm nhóm (20–30 phút)**
   Sử dụng các câu hỏi suy ngẫm để thúc đẩy thảo luận minh bạch. Nhắc nhở người tham gia rằng đây là không gian an toàn và bảo mật.
4. **Nhật ký cá nhân (10 phút)**
   Dành thời gian để xử lý riêng. Nhật ký có thể được chia sẻ một cách tự nguyện.
5. **Cầu nguyện & Cầu bầu (10–15 phút)**
   Cầu nguyện về các vấn đề cụ thể được thảo

luận. Kết thúc mỗi buổi với lời tuyên bố cầu nguyện chữa lành kèm theo.

6. **Cam kết hành động**
Khuyến khích các thành viên áp dụng bài học của ngày hôm đó theo cách thực tế—có thể là thể hiện sự tha thứ, suy ngẫm về Kinh thánh hoặc viết nhật ký một lá thư gửi cho Chúa.

Câu chuyện của Michael và Hope

Michael lớn lên trong một gia đình mà tình yêu thương rất hiếm hoi và sự chấp thuận thậm chí còn hiếm hoi hơn. Cha anh, một người đàn ông nghiêm khắc và xa cách, hiếm khi nói những lời khẳng định. Mẹ anh, người bị choáng ngợp bởi những đấu tranh của cuộc sống, thường bỏ bê nhu cầu tình cảm của anh. Từ khi còn nhỏ, Michael đã tiếp nhận một thông điệp đau đớn: anh không đủ. Bất kể anh cố gắng thế nào, anh vẫn cảm thấy vô hình, không được yêu thương và bị từ chối.

Ở trường, Michael phải vật lộn để hòa nhập. Bạn bè đến rồi đi, nhưng cậu luôn cảm thấy mình như người ngoài cuộc. Giáo viên thường bỏ qua cậu, và ngay cả những lỗi nhỏ nhất cũng có vẻ như khẳng định sự vô giá trị của cậu. Theo thời gian, sự từ chối đã trở nên ăn sâu—một cái bóng bám theo cậu khắp mọi nơi, thì thầm những lời dối trá về giá trị của cậu.

Khi Michael lớn lên, sự từ chối sâu sắc này đã ảnh hưởng đến mọi khía cạnh trong cuộc sống của anh ấy—các mối quan hệ, sự nghiệp và lòng tự trọng. Anh ấy sợ sự thân mật, mong đợi người khác rời xa hoặc từ chối anh ấy. Anh ấy ngần ngại theo đuổi ước mơ của mình, tin rằng mình không xứng đáng với thành công. Nỗi đau âm thầm nhưng liên tục, một sợi xích nặng nề mà anh ấy không thể phá vỡ.

Một ngày nọ, khi đang ở điểm thấp nhất, một người bạn đã đưa cho anh một cuốn sách sùng đạo có tựa đề *Loved, Chosen and Whole: A 30-Day Journey from Rejection to Restoration* . Hoài nghi nhưng tuyệt vọng, Michael bắt đầu đọc. Thông điệp của mỗi ngày đều nói trực tiếp với trái tim anh, tiết lộ những sự thật mà anh đã quên hoặc chưa từng biết: rằng tình yêu của Chúa là vô điều kiện, rằng anh đã được lựa chọn sâu sắc, và rằng danh tính của anh không được xác định bởi ý kiến của người khác mà bởi Đấng Tạo Hóa đã gọi anh bằng tên.

Dần dần, Michael bắt đầu nhìn nhận bản thân qua con mắt của Chúa. Những xiềng xích của sự từ chối được nới lỏng khi anh đón nhận lời cầu nguyện, sự suy ngẫm và sức mạnh của thánh thư. Anh đã thực hiện những bước thiết thực—tìm kiếm sự tư vấn, xây dựng các mối quan hệ lành mạnh và theo đuổi những đam mê từng có vẻ ngoài tầm với.

Ngày nay, Michael không được định nghĩa bởi sự từ chối trong quá khứ mà bởi sự phục hồi mà anh đã tìm thấy. Anh bước đi với sự tự tin, biết rằng mình được yêu thương, được lựa chọn và trọn vẹn. Câu chuyện của anh là minh chứng cho thấy dù sự từ chối có sâu sắc đến đâu, thì sự chữa lành và hy vọng luôn trong tầm tay.

Câu chuyện về ân sủng và sự đổi mới

Grace luôn nở nụ cười, nhưng đằng sau đó là một trái tim nặng trĩu sự chối bỏ. Từ nhỏ, cô đã cảm thấy nỗi đau bị bỏ rơi—cha mẹ cô ly hôn khi cô còn rất nhỏ, và cô phải chuyển nhà liên tục, không bao giờ thực sự hòa nhập. Ở trường học và các vòng tròn xã hội, Grace thường cảm thấy bị bỏ qua, như thể tiếng nói của cô không quan trọng. Thông điệp không nói ra rất rõ ràng: cô không đủ để được yêu thương trọn vẹn hoặc mãi mãi.

Khi bước vào tuổi trưởng thành, sự từ chối ăn sâu trong Grace đã xuất hiện trong các mối quan hệ của cô. Cô thấy mình bị thu hút bởi những người không sẵn sàng về mặt cảm xúc hoặc coi thường, kéo dài một chu kỳ đau đớn của cảm giác không được nhìn thấy và không được coi trọng. Sâu thẳm bên trong, Grace khao khát được chấp nhận, nhưng nhiều năm bị từ chối khiến cô khó tin rằng mình xứng đáng.

Bất chấp nỗi đau, Grace vẫn giữ một hy vọng thầm lặng—một lời thì thầm rằng cô có thể trở thành một người hơn quá khứ của mình. Một ngày nọ, cảm thấy đặc biệt tan vỡ, cô đã khám phá ra cuốn sách sùng đạo *Loved, Chosen and Whole: A 30-Day Journey from Rejection to Restoration* . Hoài nghi nhưng khao khát được chữa lành, cô bắt đầu đọc. Mỗi cuốn sách sùng đạo đều khơi dậy điều gì đó bên trong cô—một lời nhắc nhở nhẹ nhàng rằng tình yêu của Chúa không dựa trên thành tích hay sự chấp thuận của cô từ người khác mà là tình yêu được ban tặng một cách tự do, vô điều kiện và không lay chuyển.

Thông qua những suy ngẫm, lời cầu nguyện và câu chuyện hàng ngày, Grace bắt đầu phá bỏ những lời dối trá mà cô đã tin trong nhiều năm. Cô học cách chấp nhận bản sắc của mình là người con gái được Chúa chọn, được yêu thương và trọn vẹn. Sự chữa lành không phải là ngay lập tức—đó là một hành trình đầy nước mắt, đột phá và lòng can đảm để đối mặt với những vết thương cũ. Nhưng với mỗi bước đi, Grace trở nên mạnh mẽ hơn, học cách đặt ra những ranh giới lành mạnh, tha thứ cho bản thân và người khác, và bước đi một cách táo bạo theo mục đích.

Ngày nay, Grace tỏa sáng với cảm giác mới mẻ về giá trị và sự gắn kết. Cô chia sẻ câu chuyện của mình để khích lệ những người khác đang cảm thấy bị mắc kẹt vì bị từ chối. Hành trình của Grace cho thấy rằng sự phục hồi là có thể - rằng mọi phụ nữ cảm thấy tan vỡ đều có thể vươn lên, được yêu thương, được lựa chọn và trọn vẹn.

Triệu chứng của sự từ chối ăn sâu

Sự từ chối ăn sâu có thể ảnh hưởng sâu sắc đến bản sắc, mối quan hệ và lựa chọn cuộc sống của một người. Bạn thường có thể nhận ra điều đó đang diễn ra trong cuộc sống của một người thông qua các mô hình nhất quán trong hành vi, cảm xúc và niềm tin. Sau đây là một số dấu hiệu rõ ràng:

1. Nhu cầu liên tục được chấp thuận

- Họ quá tìm kiếm sự xác nhận hoặc sợ bị phản đối, ngay cả từ người lạ.
- Lời khen mang lại cho họ cảm giác thoải mái tạm thời, nhưng họ nhanh chóng rơi vào trạng thái bất an.

2. Sợ sự gần gũi hoặc dễ bị tổn thương

- Họ gặp khó khăn trong việc mở lòng trong các mối quan hệ hoặc đẩy mọi người ra xa để tránh bị tổn thương.
- Họ cho rằng cuối cùng người khác sẽ rời xa, phản bội hoặc từ chối họ.

3. Phản ứng thái quá với lời chỉ trích

- Ngay cả sự sửa lỗi hay bất đồng quan điểm nhẹ nhàng cũng giống như sự tấn công cá nhân.
- Họ trở nên phòng thủ hoặc thu mình về mặt cảm xúc.

4. Tự phá hoại bản thân

- Họ bỏ cuộc trước khi thử, tránh né cơ hội hoặc cho rằng thất bại là điều không thể tránh khỏi.
- “Tôi không đủ tốt” hoặc “Họ sẽ không chọn tôi” trở thành một kịch bản tiềm thức.

5. Cô lập và rút lui

- Họ thích ở một mình không phải vì họ thích sự cô đơn, mà là để tránh bị từ chối thêm lần nữa.
- Họ có thể nói rằng "Tôi sống một mình tốt hơn" nhưng thực ra họ đang khao khát sự kết nối.

6. Nhận dạng theo hiệu suất

- Lòng tự trọng của họ gắn liền với thành tích, công việc, chức thánh hoặc hành vi tốt.
- Họ cảm thấy họ phải “kiếm được” tình yêu, ngay cả từ Chúa.

7. Lời thề bên trong và niềm tin hạn chế

- Họ đã tự thề với lòng mình rằng: “Tôi sẽ không bao giờ để ai làm tổn thương mình nữa”.
- Những lời thề này âm thầm hướng dẫn quyết định của họ và ngăn cản sự tự do hoặc chữa lành.

8. Sự ngắt kết nối về mặt tâm linh

- Họ có thể phải đấu tranh để tin rằng Chúa thực sự yêu thương hoặc chấp nhận họ.

- Họ coi Chúa là một vị thẩm phán hơn là một người Cha yêu thương, thường cảm thấy mình không xứng đáng trước mặt Ngài.

Phục hồi sau sự từ chối ăn sâu: Hướng dẫn từng bước

Bước 1: Nhận biết gốc rễ

Hỏi:

- Sự từ chối bắt đầu từ đâu? Tuổi thơ? Sự phản bội? Sự bỏ rơi? Sự bỏ bê của cha mẹ?
- Ai hoặc điều gì đầu tiên khiến bạn cảm thấy không được yêu thương, không xứng đáng hoặc không được mong muốn?

Nhật ký suy ngẫm:

- "Lần đầu tiên tôi cảm thấy không được chào đón là khi..."
- "Tôi tin rằng mình không đủ tốt vì..."

Cầu nguyện:
"Lạy Chúa, xin cho con thấy gốc rễ của sự từ chối trong cuộc sống của con. Xin chiếu ánh sáng của Chúa vào những vết thương ẩn giấu. Xin chữa lành những gì con không thể nhìn thấy."

Bước 2: Từ bỏ lời nói dối

Sự từ chối thường gieo rắc những lời dối trá như:

- "Tôi không đáng yêu."
- "Mọi người đều rời đi."
- "Tôi phải chứng minh bản thân mình."

Hành động:
Viết ra những lời nói dối mà bạn đã tin. Sau đó tuyên bố sự thật:

- "Tôi được chấp nhận trong Đấng Yêu Dấu" (Ê-phê-sô 1:6).
- "Tôi được dựng nên cách đáng sợ và lạ lùng" (Thi Thiên 139:14).
- "Đức Chúa Trời sẽ chẳng lìa bỏ tôi đâu, chẳng từ bỏ tôi đâu" (Hê-bơ-rơ 13:5).

Cầu nguyện:
"Con phá vỡ sự đồng thuận với những lời dối trá của sự từ chối. Con chấp nhận sự thật về con người con trong Chúa, Chúa ơi."

Bước 3: Tha thứ cho những người đã từ chối bạn

Sự không tha thứ sẽ khiến vết thương vẫn hở.

Hoạt động:

- Nêu tên người đó.
- Thừa nhận nỗi đau.
- Hãy chọn cách tha thứ, ngay cả khi bạn chưa cảm thấy điều đó.

Cầu nguyện:
"Lạy Cha, con tha thứ cho [tên] vì đã khiến con cảm thấy không được mong muốn và không được yêu thương. Con trao phó chúng cho Cha và giải thoát bản thân khỏi gánh nặng của sự không tha thứ."

Bước 4: Nhận được sự chữa lành và chấp nhận của Chúa

Hãy để Chúa tái tạo cha cho bạn. Hãy để Ngài yêu bạn ở nơi mà người khác đã thất bại.

Hoạt động:

- Hãy dành thời gian suy ngẫm về Kinh Thánh về tình yêu của Chúa.
- Đắm mình trong sự thờ phượng nhắc nhở bạn về bản sắc của mình.

Những câu Kinh Thánh chính:

- Ê-sai 43:1 – "Ta đã gọi đích danh ngươi; ngươi thuộc về Ta."
- Rô-ma 8:15 – "Anh em đã không nhận lấy tinh thần nô lệ để lại sợ hãi nữa…"

Cầu nguyện:
"Lạy Cha, con nhận được tình yêu và sự chấp nhận của Cha. Xin Cha xây dựng lại bản sắc của con như là đứa con yêu dấu của Cha."

Bước 5: Nói lên sự sống và làm mới tâm trí của bạn

Sự từ chối làm méo mó cách bạn nhìn nhận bản thân. Bạn cần những tuyên bố mới.

Tuyên bố hàng ngày:

- "Tôi được Chúa chọn."
- "Tôi không phải là một sai lầm."
- "Tôi được yêu thương vô điều kiện."

Hành động:
Tạo một "Bức tường sự thật" hoặc "Nhật ký bản sắc" để viết ra những điều Chúa nói về bạn.

Bước 6: Kết nối lại trong các mối quan hệ lành mạnh

Sự từ chối sẽ cô lập, nhưng sự chữa lành sẽ kết nối lại.

Hoạt động:

- Hãy thực hiện những bước nhỏ để mở ra những mối quan hệ an toàn.
- Tham gia một cộng đồng lành mạnh, nhóm cầu nguyện hoặc vòng tròn hỗ trợ chữa bệnh.
- Cho phép những người đáng tin cậy đi cùng bạn.

Cầu nguyện:
"Lạy Chúa, xin đưa những người phù hợp vào cuộc sống của con—những người sẽ yêu thương con bằng tấm lòng của Chúa và giúp con trưởng thành hơn."

Bước 7: Truyền bá sự chữa lành cho người khác

Chúa biến vết thương của bạn thành vũ khí chữa lành.

Hoạt động:

- Chia sẻ lời chứng của bạn.
- Hãy cầu nguyện cho những người khác đang phải vật lộn với sự từ chối.
- Hãy bước đi trong lòng từ bi và hiểu biết.

Kinh Thánh:
2 Cô-rinh-tô 1:4 – "Ngài yên ủi chúng tôi trong mọi sự khốn nạn, hầu cho chúng tôi có thể yên ủi những kẻ khác trong sự khốn nạn nào..."

Hành trình 30 ngày từ sự từ chối đến sự phục hồi bắt đầu ....

NGÀY 1: Vết thương thầm lặng

Kinh Thánh (NLT):

"Dù cha mẹ có bỏ rơi tôi, Chúa vẫn sẽ ôm chặt tôi." – Thi Thiên 27:10

Câu chuyện của Michael:

Michael đứng một mình tại đám tang của cha mình, mắt khô nhưng tim rỉ máu. Bị từ chối khi còn nhỏ vì "quá nhạy cảm", anh chưa bao giờ đủ tốt. Bây giờ, đã quá muộn để nghe những lời anh mong muốn: *"Cha tự hào về con".* Sự im lặng đó ám ảnh anh.

Câu chuyện của Grace:

Grace luôn là người vô hình. Bị cha mẹ bỏ rơi, bị người yêu lợi dụng, bị đuổi việc. Sự từ chối không phải là một khoảnh khắc—mà là một khuôn mẫu. Nó định hình giọng nói, dáng đi, giá trị của cô. Nụ cười là lá chắn của cô, nhưng bên trong cô tự hỏi liệu cô có quan trọng không.

Nhận thức sùng đạo:

Sự từ chối không phải lúc nào cũng lớn tiếng. Thường thì nó len lỏi vào một cách lặng lẽ—thông qua sự im lặng, sự thờ ơ, sự chỉ trích, sự bỏ rơi.

Nhưng bất kể nguồn gốc là gì, vòng tay của Chúa luôn rộng mở. Ngài không chỉ bao dung bạn—Ngài *chọn* bạn. Ngài không so sánh bạn—Ngài *trân trọng* bạn.

David, người đã viết Thi thiên 27, đã biết đến sự từ chối. Bị gia đình bỏ rơi, bị kẻ thù săn đuổi, bị chính con trai mình phản bội—nhưng ông tuyên bố với sự tự tin: *"Chúa sẽ giữ chặt tôi."*

Hôm nay, hãy để điều đó trở thành hiện thực của bạn. Chúa không định nghĩa bạn bằng người đã từ chối bạn—mà bằng Đấng đã cứu chuộc bạn.

Câu hỏi phản ánh:

1. Ai trong cuộc đời khiến bạn cảm thấy mình vô giá trị hoặc vô hình?
2. Bạn đã tin vào lời nói dối nào về bản thân mình vì sự từ chối đó?

Lời cầu nguyện:

Cha ơi, ngay cả khi mọi người từ chối con, Cha vẫn chấp nhận con. Khi những người khác bỏ rơi, Cha vẫn giữ con gần. Con đầu hàng nỗi đau của sự từ chối trong quá khứ và nhận được vòng tay chữa lành của Cha. Xin làm cho con trọn vẹn trở lại, trong danh Chúa Jesus. Amen.

Lời nhắc viết nhật ký:

Viết một lá thư cho người (hoặc những người) đã từ

chối bạn—không phải để gửi, mà là để giải thoát. Hãy trút hết nỗi đau của bạn, sau đó cầu xin Chúa lấp đầy khoảng trống đó bằng sự thật của Ngài.

Ghi chú:

NGÀY 2: Gốc rễ của lời nói dối

Kinh Thánh (Bản dịch mở rộng):

"Kẻ trộm chỉ đến để ăn cắp, giết chóc và hủy diệt. Ta đến để họ có sự sống và có sự sống dư dật [cho đến khi tràn đầy]." – Giăng 10:10 AMP

Câu chuyện của Michael:

Michael không thể thoát khỏi giọng nói trong đầu mình: *"Bạn không đủ tốt."* Nó vang vọng trong phòng họp, trong cuộc hôn nhân của anh, thậm chí trong nhà thờ. Mỗi lần ai đó không công nhận nỗ lực của anh, vết thương lại mở ra. Anh đã làm việc chăm chỉ hơn để chứng minh giá trị của mình, nhưng tiếng vỗ tay không bao giờ kéo dài.

Câu chuyện của Grace:

Grace từng mơ ước trở thành ca sĩ. Nhưng đêm mẹ cô cười và nói, *"Đừng làm mình xấu hổ"* , giấc mơ đã chết. Kể từ đó, mọi cơ hội đều giống như một cái bẫy, mọi lời khen đều là lời nói dối. Cô che giấu tài năng của mình dưới sự khiêm nhường, sợ bị nhìn thấy.

Nhận thức sùng đạo:

Cây đào thải nằm sâu bên trong chúng ta: *"Bạn không xứng đáng", "Bạn sẽ không bao giờ đạt yêu cầu", "Bạn không đáng yêu".* Nhưng đây không phải là suy nghĩ của bạn—chúng là hạt giống mà kẻ thù gieo để đánh cắp bản sắc của bạn, giết chết sự tự tin của bạn và phá hủy vận mệnh của bạn.

Chúa Giê-su không chỉ đến để cứu rỗi linh hồn bạn mà còn đến để **phục hồi toàn bộ cuộc sống của bạn** , bao gồm cả **giá trị** , **tiếng nói** và **bản sắc của bạn** .

Hôm nay, hãy xác định lời nói dối. Nhổ bỏ nó. Thay thế nó bằng sự thật. Sự thật của Chúa không phải là phản ứng—mà là cứu chuộc.

Câu hỏi phản ánh:

1. Suy nghĩ thường trực nào đã hạn chế sự phát triển của bạn hoặc đánh cắp niềm vui của bạn?
2. Bạn có thể xác định được lời nói dối đó bắt đầu từ đâu và khi nào không?

Lời cầu nguyện:

Chúa Jêsus, Ngài đã đến để ban cho con sự sống dồi dào. Con từ chối mọi lời dối trá nói rằng con vô giá trị hoặc không được mong muốn. Con nhổ tận gốc những lời dối trá này và đón nhận sự thật của Ngài:

Con được yêu thương, có giá trị và được tạo ra có mục đích. Xin chữa lành con từ trong ra ngoài. Amen.

Lời nhắc viết nhật ký:

Liệt kê 3 lời nói dối mà bạn tin về bản thân. Sau đó, bên cạnh mỗi lời nói dối, hãy viết một sự thật từ Lời Chúa để bác bỏ nó.

Ghi chú:

NGÀY 3: Khi tình yêu rời xa

Kinh Thánh (NLT):

"Đức Giê-hô-va ở gần những người có lòng tan vỡ; Ngài cứu vớt những người có tâm hồn thống hối." – Thi Thiên 34:18

Câu chuyện của Michael:

Cô là người anh nghĩ sẽ ở lại. Khi vợ anh bỏ đi, cô đã mang theo nhiều thứ hơn là quần áo của cô—cô đã lấy đi chút tự tin cuối cùng của anh. *"Anh đã bị tổn thương quá nhiều rồi,"* cô đã nói. Sự ra đi của cô giống như sự xác nhận mọi điều anh lo sợ là sự thật.

Câu chuyện của Grace:

Grace bị vị hôn phu của mình bỏ rơi chỉ vài tuần trước lễ cưới. Không một lời giải thích. Chỉ có sự im lặng. Cô tự trách mình—ngoại hình, tính cách, quá khứ. Cô cảm thấy bị bỏ rơi như một lỗi lầm mà không ai muốn nhận.

Nhận thức sùng đạo:

Ít có vết thương nào sâu hơn việc bị bỏ rơi bởi một người đã hứa sẽ ở lại. Nhưng sự thật là: **Chúa không bao giờ là người bỏ đi.** Người không mệt mỏi vì những giọt nước mắt của bạn. Người không rút lui khi bạn không ở trạng thái tốt nhất.

Trái tim bạn có thể tan vỡ, nhưng không phải là không thể sửa chữa được. Khi mọi người rời đi, Chúa sẽ nghiêng mình vào. Ngài đến gần tâm hồn tan vỡ của bạn—không phải để thương hại bạn, mà là để **giải cứu và phục hồi** bạn.

Câu hỏi phản ánh:

1. Ai đã rời xa bạn và điều đó đã hình thành nên lòng tự trọng của bạn như thế nào?
2. Ngày nay bạn vẫn mang theo sự từ bỏ đó theo cách nào?

Lời cầu nguyện:

Lạy Chúa, con xin dâng lên Chúa nỗi đau của những người đã bỏ đi. Con có thể cảm thấy bị bỏ rơi, nhưng con không bao giờ cô đơn. Xin Chúa ở gần con trong sự tan vỡ của con. Xin cứu con bằng tình yêu của Chúa và xây dựng lại những gì đã mất. Amen.

Lời nhắc viết nhật ký:

Viết một lá thư cầu nguyện gửi đến Chúa về một mối quan hệ đã làm bạn tổn thương sâu sắc. Hãy trung thực—sau đó để Ngài nói lại với trái tim bạn.

Ghi chú:

NGÀY 4: Xấu hổ đi

Kinh thánh (AMP):

"Thay vì sự xấu hổ trước kia, ngươi sẽ được gấp đôi phần..." – Ê-sai 61:7a

Câu chuyện của Michael:

Michael ghét phải đến các buổi họp mặt gia đình. Mọi người khác đều "ổn". Anh vẫn đang cố gắng sửa chữa mớ hỗn độn trong quá khứ của mình—mất việc, hôn nhân đổ vỡ, nợ nần. Những cái nhìn chằm chằm, sự im lặng, sự thương hại—tất cả đều hét lên *sự xấu hổ.*

Câu chuyện của Grace:

Sự xấu hổ sống trên đôi vai của Grace như một cái bóng. Lạm dụng tình dục, những cuộc đính hôn tan vỡ, những lựa chọn tồi tệ—cô tin rằng mình đã mang chúng như một chữ A đỏ thẫm. Ngay cả khi cô mỉm cười, tâm hồn cô thì thầm, *"Họ biết."*

Nhận thức sùng đạo:

Sự xấu hổ không đến từ Chúa. Tội lỗi nói rằng, "Tôi đã làm điều gì đó sai trái." Sự xấu hổ nói rằng, "Tôi *là* điều gì đó sai trái." Chúa Jesus đã mang cả hai trên thập tự giá—tội lỗi và sự xấu hổ của bạn.

Lời hứa của Chúa trong Ê-sai 61:7 không phải là sự an ủi mơ hồ. Đó là **lời tuyên bố về sự đền bù của Chúa** . Đối với sự xấu hổ của bạn, Ngài ban cho sự tôn trọng. Đối với sự từ chối, Ngài ban cho sự thuộc về. Đối với nỗi đau, Ngài ban cho mục đích.

Bạn không cần phải xấu hổ thêm một ngày nào nữa.

Câu hỏi phản ánh:

1. Ký ức hoặc sai lầm nào vẫn khiến bạn cảm thấy xấu hổ?
2. Sẽ thế nào nếu bạn thực sự được tha thứ?

Lời cầu nguyện:

Lạy Chúa, con xin cúi mình chịu nhục. Con không phải là những gì đã xảy ra với con hay những gì con đã làm—con là người mà Chúa phán con là. Xin Chúa mặc cho con phẩm giá. Xin Chúa phục hồi danh tính của con. Con nhận được gấp đôi sự chữa lành và vinh dự của Chúa. Amen.

Lời nhắc viết nhật ký:

Hãy mô tả một điều bạn đã giấu kín vì xấu hổ. Sau đó

viết cảm giác tự do sẽ như thế nào nếu gánh nặng đó biến mất.

Ghi chú:

NGÀY 5: Giọng nói bên trong

Kinh Thánh (NLT):

"Vì chúng ta là kiệt tác của Đức Chúa Trời. Ngài đã dựng nên chúng ta mới trong Đấng Christ Jesus, để chúng ta có thể làm những việc tốt lành mà Ngài đã hoạch định cho chúng ta từ lâu." – Ê-phê-sô 2:10

Câu chuyện của Michael:

Michael thường nghe thấy giọng nói chỉ trích của cha mình trong đầu: *"Mày sẽ chẳng làm nên trò trống gì cả."* Ngay cả khi đã trưởng thành, giọng nói đó vẫn chi phối những lựa chọn của anh—và kìm hãm tiềm năng của anh.

Câu chuyện của Grace:

Giọng nói bên trong của Grace vang vọng mọi lời tàn nhẫn được nói ra với cô. Ngay cả khi mọi người khen ngợi cô, tâm trí cô vẫn thì thầm, *"Họ thực sự không có ý đó."* Cô phá hoại những phước lành, sợ rằng chúng sẽ bị tước mất.

Nhận thức sùng đạo:

Tất cả chúng ta đều mang trong mình những câu chuyện nội tâm—những kịch bản được viết ra bởi sự từ chối, chấn thương, nỗi sợ hãi. Nhưng hôm nay,

Chúa viết lại câu chuyện của bạn. Bạn không phải là một sai lầm. Bạn không phải là người tầm thường. Bạn không phải là người không được mong muốn.

Bạn là **kiệt tác của Ngài** . Bạn được tạo ra với mục đích, được rửa sạch trong ân sủng và được định sẵn cho sự vĩ đại.

Đã đến lúc phải làm im tiếng chỉ trích và khuếch đại tiếng nói của Đấng Sáng Tạo.

Câu hỏi phản ánh:

1. Bạn vẫn còn nghe thấy giọng nói của ai phát đi phát lại lời từ chối hoặc chỉ trích?
2. Bạn cần nói to hơn về lẽ thật nào trong Lời Chúa?

Lời cầu nguyện:

Lạy Cha, xin hãy làm im lặng mọi tiếng nói chống lại giá trị của con. Con chọn tin vào những gì Cha phán về con. Con là kiệt tác của Cha. Con đủ rồi. Con được tạo ra có mục đích, vì mục đích. Amen.

Lời nhắc viết nhật ký:

Viết danh sách “Tôi là” dựa trên Lời Chúa (ví dụ, tôi

được chọn, tôi được yêu thương, tôi trọn vẹn...). Dán ở nơi dễ thấy.

Ghi chú:

NGÀY 6: Cái ôm của Cha

Kinh Thánh (NLT):

" Vậy , người ấy trở về nhà cùng cha mình. Khi còn ở xa, cha người ấy đã thấy người ấy đến. Người cha đầy lòng thương xót, chạy đến ôm chầm lấy con và hôn con." – Luca 15:20

Câu chuyện của Michael:

Michael đã xa rời Chúa—bị thúc đẩy bởi sự cay đắng và đổ lỗi. Nhưng một đêm nọ, tan vỡ và kiệt sức, anh thì thầm một lời cầu nguyện, *"Nếu Chúa vẫn ở đó..."* Điều tiếp theo không phải là sự lên án mà là một cảm giác bình yên không thể phủ nhận.

Câu chuyện của Grace:

Grace tưởng tượng Chúa giống như người cha trần thế của mình—xa cách và thất vọng. Nhưng trong một buổi lễ thờ phượng, bài hát nói rằng, *"Ngài là một người Cha tốt, tốt lắm."* Nước mắt rơi khi một thực tế mới xuất hiện: *Chúa muốn tôi… ngay cả bây giờ.*

Nhận thức sùng đạo:

Câu chuyện về người con hoang đàng không chỉ nói về sự ăn năn mà còn về **một người Cha chạy đến** .

Chúa không chỉ chờ đợi; Ngài quan sát. Ngài không quan tâm đến các bài giảng mà còn **ôm lấy** .

Bạn có thể cảm thấy mình không xứng đáng, quá xa vời, quá tổn thương—nhưng Cha của bạn nhìn thấy bạn. Ngài muốn bạn trở về nhà. Hãy để vòng tay của Ngài là nơi bắt đầu chữa lành cho bạn.

Câu hỏi phản ánh:

1. Bạn coi Chúa là một người Cha yêu thương hay một nhân vật xa lạ?
2. Bạn có nỗi sợ nào về việc được Ngài ôm trọn không?

Lời cầu nguyện:

Abba Cha ơi, con đến với Cha như con là. Hãy chạy đến với con, ôm con, chữa lành con. Con đặt nỗi sợ xuống và nhận vòng tay ôm của Cha. Cha không giống như những người đã rời đi—Cha trung thành, nhân từ và yêu thương. Amen.

Lời nhắc viết nhật ký:

Viết một lá thư như thể Chúa đang nói với bạn như đứa con yêu dấu của Ngài. Bắt đầu bằng, *"Con trai/con gái yêu quý của ta…"*

Ghi chú:

NGÀY 7: Đáng để chờ đợi

Kinh thánh (AMP):

" Vì vậy, Chúa chờ đợi [mong đợi] và mong muốn làm ơn cho các ngươi, và vì vậy, Ngài chờ đợi trên cao để thương xót các ngươi." – Ê-sai 30:18

Câu chuyện của Michael:

Michael nghĩ rằng Chúa đã quên anh. Nhiều năm cầu nguyện không được đáp lại khiến anh tê liệt. Nhưng Chúa không bỏ mặc anh—Ngài đang chuẩn bị cho anh. Điều có vẻ như là sự chậm trễ chính là thời điểm thiêng liêng.

Câu chuyện của Grace:

Grace tự hỏi tại sao những lời cầu nguyện của cô về tình yêu và sự chấp nhận dường như không được đáp lại. Chúa từ từ tiết lộ: *"Ta không chỉ ban cho con những gì con muốn. Ta đang chuẩn bị cho con những gì con cần."*

Nhận thức sùng đạo:

Sự im lặng của Chúa không phải là sự vắng mặt. Đôi khi Ngài chờ đợi—không phải để trừng phạt, mà là để

định vị . Sự chậm trễ của Ngài không phải là sự phủ nhận—đó là dấu hiệu của tình yêu sâu sắc, có chủ đích.

Bạn không bị lãng quên. Bạn xứng **đáng để chờ đợi** . Và những gì Chúa dành cho bạn sẽ lớn hơn nhiều so với những gì sự từ chối cố gắng cướp đi.

Câu hỏi phản ánh:

1. Sự chậm trễ nào khiến bạn nghi ngờ giá trị của mình?
2. Bạn có thể tin vào thời điểm của Chúa ngay cả khi mọi chuyện diễn ra chậm không?

Lời cầu nguyện:

Lạy Chúa, con chọn tin cậy Ngài trong sự chờ đợi. Xin giúp con không nhầm lẫn giữa sự im lặng và sự vắng mặt. Xin chuẩn bị con, thanh lọc con, và khi đến đúng thời điểm—xin phục hồi con. Amen.

Lời nhắc viết nhật ký:

Viết về điều gì đó mà bạn đang chờ đợi. Sau đó viết về ý nghĩa của việc tin tưởng Chúa về kết quả.

Ghi chú:

NGÀY 8: Sự thật về bạn

Kinh Thánh (NLT):

“Không phải các ngươi đã chọn Ta. Ta đã chọn các ngươi. Ta đã lập các ngươi để ra đi và sinh hoa trái trường tồn...” – Giăng 15:16

Câu chuyện của Michael:

Michael luôn cảm thấy mình như một phương án dự phòng trong cuộc sống—không bao giờ là lựa chọn đầu tiên. Nhưng khi anh đọc rằng Chúa Jesus đã đích thân chọn anh, một điều gì đó trong anh đã thay đổi. *“Chúa muốn tôi,”* anh thì thầm.

Câu chuyện của Grace:

Grace coi mình là “người mà họ chọn”. Nhưng trong sự tĩnh lặng của căn phòng, Chúa thì thầm: *“Ta đã chọn con trước khi họ có thể từ chối con”.*

Nhận thức sùng đạo:

Trước khi thế gian nói *“con không đủ”*, Chúa đã phán *“con là của Ta”*. Bạn được chọn—không phải vì nghĩ ngợi, không phải vì thương hại—mà là với ý định và tình yêu.

Hãy để sự thật đó neo giữ bạn ngày hôm nay: Bạn được Thiên đường **lựa chọn** .

Câu hỏi phản ánh:

1. Có khi nào bạn cảm thấy mình chỉ là người thừa trong cuộc sống của ai đó không?
2. Việc biết rằng Chúa đã chọn bạn thay đổi cách bạn nhìn nhận bản thân như thế nào?

Lời cầu nguyện:

Chúa Jesus, cảm ơn Ngài đã chọn con. Con không bị lãng quên, từ chối hay ngẫu nhiên. Con thuộc về Ngài. Xin giúp con bước đi trong sự tự tin vào lẽ thật đó ngày hôm nay. Amen.

Lời nhắc viết nhật ký:

Viết ra 5 lĩnh vực trong cuộc sống mà hiện tại bạn chọn tin rằng: *"Tôi được chọn."*

Ghi chú:

NGÀY 9: Phá vỡ chu kỳ

Kinh thánh (AMP):

"Này, Ta sắp làm một việc mới! Bây giờ nó đã xuất hiện; các ngươi không nhận ra sao?" – Ê-sai 43:19

Câu chuyện của Michael:

Michael nhận ra anh đang lặp lại những gì anh đã lớn lên cùng—khoảng cách tình cảm, sự ngờ vực, đau khổ thầm lặng. Nhưng một ngày nọ, anh nói, *"Điều này kết thúc với tôi."*

Câu chuyện của Grace:

Grace đã đẩy xa mọi mối quan hệ lành mạnh vì nỗi đau quen thuộc hơn tình yêu. Cho đến khi cuối cùng cô ấy nói, *"Không còn nữa. Tôi xứng đáng với tình yêu thực sự."*

Nhận thức sùng đạo:

Sự từ chối thường lặp lại—trừ khi chúng ta dừng lại. Chúa ban cho bạn sức mạnh để **phá vỡ chu kỳ** . Điều làm bạn tổn thương sẽ không có lời cuối cùng. Điều làm bạn tổn thương sẽ không định nghĩa bạn.

Bạn không phải là lịch sử của mình. Bạn là sự khởi đầu mới của Chúa.

Câu hỏi phản ánh:

1. Những thói quen nào trong cuộc sống của bạn bắt nguồn từ sự từ chối?
2. Bạn có sẵn sàng lựa chọn phương pháp chữa lành, ngay cả khi cảm thấy xa lạ không?

Lời cầu nguyện:

Lạy Chúa, con cảm tạ Chúa vì con không bị ràng buộc bởi quá khứ. Xin phá vỡ mọi chu kỳ chối bỏ, sợ hãi và ngờ vực trong con. Con tuyên bố: điều này kết thúc với con, và sự chữa lành bắt đầu từ hôm nay. Amen.

Lời nhắc viết nhật ký:

Hãy mô tả một mô hình thế hệ hoặc hành vi cá nhân mà bạn sẵn sàng phá vỡ. Bạn tin rằng Chúa muốn bắt đầu "điều mới mẻ" nào?

Ghi chú:

NGÀY 10: Sức mạnh của sự tha thứ

Kinh Thánh (NLT):

"Hãy thông cảm với lỗi lầm của nhau và tha thứ cho bất kỳ ai xúc phạm đến mình. Hãy nhớ rằng, Chúa đã tha thứ cho bạn, vì vậy bạn cũng phải tha thứ cho người khác." – Cô-lô-se 3:13

Câu chuyện của Michael:

Michael không muốn tha thứ cho cha mình. Nhưng nuôi dưỡng sự tức giận chỉ khiến anh bị trói buộc. Tha thứ không phải là quên lãng—mà là giải thoát anh khỏi nhà tù của nỗi đau.

Câu chuyện của Grace:

Grace cuối cùng đã tha thứ cho người bạn đã phản bội cô—không phải vì cô xứng đáng, mà vì Grace cần sự bình yên. Sự tha thứ đã trở thành con đường dẫn đến tự do của cô.

Nhận thức sùng đạo:

Sự tha thứ không phải là một cảm giác—mà là một

sự lựa chọn . Không phải là sự phủ nhận nỗi đau mà là lời tuyên bố rằng nỗi đau sẽ không còn chi phối cuộc sống của bạn nữa.

Bạn không bào chữa cho những gì đã xảy ra. Bạn đang **giải thoát** bản thân để tiến về phía trước.

Câu hỏi phản ánh:

1. Bạn cần tha thứ cho ai để có thể chữa lành?
2. Điều gì ngăn cản bạn buông bỏ hoàn toàn?

Lời cầu nguyện:

Lạy Chúa, con chọn tha thứ—không phải vì họ xứng đáng, mà vì con mong muốn được chữa lành. Xin giải thoát con khỏi sự cay đắng, và dạy con biết yêu thương trở lại. Nhân danh Chúa Jesus, amen.

Lời nhắc viết nhật ký:

Viết một lá thư tha thứ. Hãy trung thực. Sau đó cầu nguyện và phó thác người đó vào tay Chúa.

Ghi chú:

NGÀY 11: Viết lại câu chuyện

Kinh Thánh (NLT):

"Điều này có nghĩa là bất cứ ai thuộc về Đấng Christ đều trở thành một người mới. Cuộc sống cũ đã qua đi; một cuộc sống mới đã bắt đầu!" – 2 Cô-rinh-tô 5:17

Câu chuyện của Michael:

Michael luôn thấy mình là người tan vỡ, có khuyết điểm và không xứng đáng. Nhưng khi nghiên cứu Lời Chúa, anh bắt đầu viết một câu chuyện mới về bản thân—một câu chuyện dựa trên sự thật, không phải chấn thương.

Câu chuyện của Grace:

Grace lớn lên khi được bảo rằng cô ấy "quá cảm xúc", "quá nhiều cảm xúc". Trong nhiều năm, cô ấy đã cố gắng thu mình lại. Nhưng Chúa thì thầm, *"Con hoàn toàn đúng trước mắt Ta"*.

Nhận thức sùng đạo:

Sự từ chối viết ra những nhãn hiệu sai lầm: *không đáng yêu, không đủ khả năng, bị tổn thương.* Nhưng khi bạn chấp nhận Chúa Kitô, bạn được ban cho một **danh tính mới** . Lời Chúa trở thành kịch bản mới của bạn.

Bạn không phải là những gì người khác đã làm với bạn. Bạn không phải là những gì họ nói về bạn. Bạn là **kiệt tác đang trong quá trình hoàn thiện của Chúa.**

Câu hỏi phản ánh:

1. Bạn đã từng đặt cho mình những cái tên hoặc nhãn hiệu sai lầm nào?
2. Chúa nói gì về con người thực sự của bạn?

Lời cầu nguyện:

Lạy Chúa, con xin từ bỏ những lời dối trá mà con đã sống. Con nhận được tên mới, danh tính mới, cuộc sống mới trong Chúa. Xin giúp con sống như con người mà Chúa đã tạo ra con. Amen.

Lời nhắc viết nhật ký:

Viết ra ba niềm tin sai lầm mà bạn có về bản thân. Sau đó viết một đoạn kinh thánh hoặc sự thật để phản bác lại từng niềm tin đó.

Ghi chú:

NGÀY 12: Bạn không đơn độc

Kinh thánh (AMP):

"Vì chính Ngài [Đức Chúa Trời] đã phán rằng: 'Ta sẽ không lìa ngươi đâu, không bỏ ngươi đâu, không để ngươi thiếu sự giúp đỡ đâu…'" – Hê-bơ-rơ 13:5b

Câu chuyện của Michael:

Michael nghĩ rằng anh phải chiến đấu một mình trong mọi trận chiến. Nhưng dần dần anh bắt đầu cảm nhận được sự hiện diện của Chúa trong những khoảnh khắc tĩnh lặng—không bao giờ rời xa, không bao giờ từ bỏ.

Câu chuyện của Grace:

Grace thường khóc một mình trong bóng tối, nghĩ rằng không ai nhìn thấy. Một đêm nọ, cô đọc câu thơ này và nhận ra: *"Chúa luôn ở đó. Tôi chỉ không bao giờ để ý đến."*

Nhận thức sùng đạo:

Sự cô đơn là một trong những lời nói dối lớn nhất của sự từ chối. Nhưng sự thật là **Chúa ở bên bạn** — trong sự im lặng, trong nỗi đau, trong điều chưa biết.

Ngài là Emmanuel, *Thiên Chúa ở cùng chúng ta* , không chỉ trong những lúc tốt đẹp, mà còn ở mọi nơi đổ vỡ.

Câu hỏi phản ánh:

1. Bạn có bao giờ tin rằng mình thực sự cô đơn không?
2. Bạn có thể nhận thức rõ hơn về sự hiện diện của Chúa ở bên bạn bằng những cách nào?

Lời cầu nguyện:

Lạy Chúa, cảm ơn Chúa vì không bao giờ bỏ rơi con. Ngay cả khi con cảm thấy cô đơn, Chúa vẫn ở đó. Xin mở mắt con để thấy Chúa trong mọi mùa. Amen.

Lời nhắc viết nhật ký:

Hãy suy ngẫm về khoảnh khắc bạn nghĩ mình cô đơn, nhưng khi nhìn lại, bạn nhận ra Chúa hiện diện. Hãy mô tả ký ức đó và những gì nó dạy cho bạn.

Ghi chú:

NGÀY 13: Được yêu thương vô điều kiện

Kinh Thánh (NLT):

"Nhưng Đức Chúa Trời đã tỏ lòng yêu thương lớn lao của Ngài đối với chúng ta khi sai Đấng Christ đến chết thay chúng ta khi chúng ta còn là người có tội." – Rô-ma 5:8

Câu chuyện của Michael:

Michael luôn cảm thấy mình phải kiếm được tình yêu—thông qua sự thể hiện, sự hoàn hảo và sự giả vờ. Khi anh thất bại, anh mong đợi sự từ chối. Nhưng tình yêu của Chúa không bao giờ nao núng.

Câu chuyện của Grace:

Grace đã cố gắng sửa đổi bản thân trước khi đến với Chúa. Rồi một ngày cô nhận ra, *"Ngài đã yêu tôi rồi…trước khi tôi kịp hiểu ra."*

Nhận thức sùng đạo:

Tình yêu của Chúa không dựa trên sự hoàn hảo của bạn—mà dựa trên **ân điển của Ngài** . Bạn được yêu thương vào ngày tồi tệ nhất cũng như ngày tốt đẹp nhất của bạn.

Không có điều gì bạn có thể làm để khiến Chúa yêu bạn nhiều hơn—và không có điều gì bạn đã làm khiến Ngài yêu bạn ít hơn.

Câu hỏi phản ánh:

1. Bạn đã cố gắng "kiếm" được tình yêu bằng cách nào - từ mọi người hay từ Chúa?
2. Bạn có thể nhận được tình yêu ngay cả khi bạn cảm thấy mình không xứng đáng không?

Lời cầu nguyện:

Lạy Cha, con cảm tạ Cha đã yêu thương con vô điều kiện. Xin giúp con ngừng phấn đấu và bắt đầu nghỉ ngơi trong tình yêu hoàn hảo của Cha. Con đón nhận tình yêu này ngày hôm nay với một trái tim rộng mở. Amen.

Lời nhắc viết nhật ký:

Viết cho bạn một lá thư từ Chúa bắt đầu bằng câu: *"Ta yêu con vì…"* Hãy viết một cách chân thành và duyên dáng.

Ghi chú:

NGÀY 14: Đã bám rễ, không bị từ chối

Kinh Thánh (NLT):

"Hãy đâm rễ sâu vào Ngài, và xây dựng cuộc sống mình trên Ngài." – Cô-lô-se 2:7a

Câu chuyện của Michael:

Michael thường dựa vào ý kiến của mọi người để xác định danh tính của mình—tốt hay xấu. Nhưng khi anh ấy bám rễ vào Chúa Kitô, anh ấy tìm thấy sự ổn định mà anh ấy chưa bao giờ biết mình cần.

Câu chuyện của Grace:

Grace từng thay đổi con người mình tùy thuộc vào những người xung quanh. Nhưng cô bắt đầu trưởng thành khi tự hỏi, *"Tôi là ai khi chỉ có tôi và Chúa?"*

Nhận thức sùng đạo:

Khi bản sắc của bạn bắt nguồn từ sự từ chối, cuộc sống sẽ trở nên bất ổn. Nhưng khi bạn neo giá trị của mình vào Chúa Kitô, bão tố sẽ đến—nhưng chúng không làm bạn lung lay.

Hãy để rễ cây của bạn phát triển sâu vào tình yêu và chân lý của Chúa. Đó là nơi bạn sẽ tìm thấy **sự an toàn** và **sức mạnh** .

Câu hỏi phản ánh:

1. Bạn đã gieo trồng bản sắc của mình ở đâu—Lời Chúa hay sự chấp thuận của mọi người?
2. Những thực hành nào có thể giúp bạn luôn vững tin vào Chúa Kitô?

Lời cầu nguyện:

Lạy Chúa, xin trồng con sâu trong Chúa. Con từ chối đất nông của sự làm hài lòng mọi người và sự so sánh. Xin cho rễ con phát triển mạnh mẽ trong chân lý của Chúa. Amen.

Lời nhắc viết nhật ký:

Tạo một danh sách "chân lý gốc rễ"—những câu Kinh thánh hoặc lời khẳng định nền tảng nhắc nhở bạn về con người bạn trong Đấng Christ.

Ghi chú:

NGÀY 15: Từ vết sẹo đến câu chuyện

Kinh Thánh (NLT):

"Các ngươi định hại ta, nhưng Đức Chúa Trời lại định mọi sự đều tốt lành. Ngài đưa ta đến vị trí này để ta có thể cứu mạng nhiều người." – Sáng thế ký 50:20

Câu chuyện của Michael:

Vết thương lớn nhất của Michael đã trở thành thông điệp lớn nhất của anh. Anh hiện đang giúp những người khác chữa lành vết thương của cha, nhắc nhở họ rằng, *"Nếu Chúa có thể chữa lành cho tôi, Ngài cũng có thể chữa lành cho bạn."*

Câu chuyện của Grace:

Grace bắt đầu viết blog về việc chữa lành sau khi bị phản bội. Những gì từng khiến cô im lặng giờ đây đã cho cô tiếng nói. Vết sẹo của cô trở thành biển báo hy vọng của người khác.

Nhận thức sùng đạo:

Vết sẹo của bạn không đáng xấu hổ—chúng là **bằng chứng của sự sống còn** . Chúa không lãng phí nỗi đau. Ngài biến đổi nó. Sự chữa lành của bạn trở thành ngọn hải đăng cho những người khác.

Bạn không chỉ được phục hồi vì chính bạn mà còn vì tất cả mọi người mà câu chuyện của bạn sẽ chạm đến.

Câu hỏi phản ánh:

1. Chúa muốn sử dụng những kinh nghiệm đau thương nào để giúp đỡ người khác?
2. Bạn có sẵn lòng để Ngài biến những vết sẹo của bạn thành những câu chuyện cứu chuộc không?

Lời cầu nguyện:

Lạy Chúa, cảm ơn Chúa đã sử dụng nỗi đau của con. Con dâng những vết thương của con cho Chúa—xin cứu chuộc chúng vì vinh quang của Chúa. Xin biến sự chữa lành của con thành ánh sáng cho người khác. Amen.

Lời nhắc viết nhật ký:

Viết lời chứng của bạn trong một trang giấy—cuộc sống trước đây của bạn như thế nào, điều gì đã xảy ra và Chúa đang chữa lành cho bạn như thế nào hiện nay.

Ghi chú:

NGÀY 16: Chữa lành thông qua sự tha thứ

Kinh thánh (AMP):

"Hãy đối xử tử tế và giúp đỡ lẫn nhau, có lòng thương xót [thấu hiểu], tha thứ nhau [sẵn sàng và tự do], như Đức Chúa Trời đã tha thứ cho anh em trong Đấng Christ." – Ê-phê-sô 4:32

Câu chuyện của Michael:

Michael đã nuôi dưỡng sự tức giận với mẹ mình trong nhiều năm. Nhưng anh nhận ra rằng sự không tha thứ đang đầu độc tương lai của anh. Việc thả bà ra không thay đổi được quá khứ—nhưng nó chữa lành trái tim anh.

Câu chuyện của Grace:

Grace đã tha thứ cho một người không bao giờ xin lỗi. Cô ấy đã học được rằng sự tha thứ không phải dành cho tự do của họ mà là cho tự do của cô ấy.

Nhận thức sùng đạo:

Sự không tha thứ là gánh nặng khiến sự từ chối bám

rễ. Nhưng khi bạn tha thứ, bạn phá vỡ xiềng xích trói buộc bạn với quá khứ.

Sự tha thứ không phải là nói rằng *"Mọi chuyện vẫn ổn"* . Mà là nói rằng *"Tôi giải thoát bạn để tôi được tự do"*.

Câu hỏi phản ánh:

1. Có ai đó mà bạn đang phải đấu tranh để tha thứ không? Tại sao?
2. Trái tim bạn sẽ cảm thấy thế nào nếu không có gánh nặng đó?

Lời cầu nguyện:

Lạy Chúa, con chọn tha thứ. Con giải thoát nỗi đau, sự tức giận, nhu cầu trả thù. Con tin rằng Chúa sẽ mang lại công lý và chữa lành. Xin giải thoát con, nhân danh Chúa Jesus. Amen.

Lời nhắc viết nhật ký:

Viết một lá thư tha thứ (bạn không cần phải gửi nó). Hãy trút hết nỗi lòng và giải thoát những gì đã trói buộc bạn.

Ghi chú:

NGÀY 17: Đón nhận tình yêu của Cha

Kinh Thánh (NLT):

"Hãy xem Cha chúng ta yêu thương chúng ta biết bao, vì Người gọi chúng ta là con cái của Người, và chúng ta thật sự là con cái Người!" – 1 John 3:1a

Câu chuyện của Michael:

Michael có một người cha trần thế xa xôi, vì vậy anh cho rằng Chúa cũng vậy. Nhưng theo thời gian, anh đã khám phá ra một Người Cha Thiên Thượng luôn ở lại, lắng nghe và yêu thương.

Câu chuyện của Grace:

Grace chưa bao giờ biết cha mình. Nhưng một buổi sáng trong buổi lễ cầu nguyện, cô cảm thấy vòng tay ôm lấy mình—mặc dù không có ai ở đó. Cô biết: *"Đó là Abba Cha."*

Nhận thức sùng đạo:

Tình yêu của Chúa Cha định nghĩa lại sự từ chối. Nơi

người khác bỏ đi, Chúa vẫn ở lại. Nơi người khác bỏ rơi bạn, Chúa đã chọn bạn.

Bạn không phải là trẻ mồ côi. Bạn được **nhận nuôi, chấp nhận và yêu thương** .

Câu hỏi phản ánh:

1. Quan điểm của bạn về Chúa Cha là gì? Nó phản ánh sự thật hay những vết thương trong quá khứ?
2. Cuộc sống của bạn sẽ thay đổi thế nào nếu bạn sống như một đứa con được yêu thương?

Lời cầu nguyện:

Abba Cha ơi, xin giúp con đón nhận tình yêu của Cha—không phải như một ý tưởng, mà như một thực tế. Xin chữa lành hình ảnh của con về Cha. Xin cho con được nghỉ ngơi trong vòng tay Cha. Amen,

Lời nhắc viết nhật ký:

Viết nhật ký như thể Chúa là người Cha hoàn hảo đang nói chuyện trực tiếp với bạn.

Ghi chú:

NGÀY 18: Khôi phục lòng tự trọng

Kinh Thánh (NLT):

"Cảm ơn Chúa đã tạo nên con phức tạp lạ lùng! Công trình của Chúa thật kỳ diệu—con biết rõ điều đó biết bao." – Thi Thiên 139:14

Câu chuyện của Michael:

Michael không bao giờ cảm thấy "đủ". Nhưng khi anh nghiên cứu cách Chúa cố ý tạo ra anh, anh đã ngừng cố gắng trở thành người khác và chấp nhận con người thật của mình.

Câu chuyện của Grace:

Grace nhìn vào gương và nói, *"Tôi không phải là lỗi lầm của mình."* Khoảnh khắc đó đã bắt đầu hành trình tìm lại lòng tự trọng của cô.

Nhận thức sùng đạo:

Sự từ chối làm tổn hại cách bạn nhìn nhận bản thân. Nhưng sự thật của Chúa xây dựng lại giá trị của bạn. Bạn không phải là thứ có thể vứt bỏ. Bạn thật **tuyệt vời, có chủ đích và có giá trị** .

Câu hỏi phản ánh:

1. Bạn đã tin vào những lời nói dối nào về giá trị của mình?
2. Thi thiên 139 tiết lộ điều gì về cách Chúa nhìn bạn?

Lời cầu nguyện:

Chúa ơi, xin hãy phục hồi lòng tự trọng của con. Xin dạy con biết yêu những gì Chúa đã tạo ra—con người con. Xin hãy làm im tiếng nói của sự xấu hổ, và thay vào đó, xin cho con được nghe sự vui thích của Chúa. Amen.

Lời nhắc viết nhật ký:

Liệt kê 5 điều bạn yêu thích (hoặc muốn yêu thích) về bản thân mình—cơ thể, trí óc, tâm hồn hoặc tinh thần.

Ghi chú:

NGÀY 19: Xây dựng ranh giới lành mạnh

Kinh thánh (AMP):

“Hơn hết, hãy giữ gìn tấm lòng của con, vì mọi sự con tạo ra đều từ đó mà ra.” – Châm Ngôn 4:23

Câu chuyện của Michael:

Michael luôn nói "có" để tránh bị từ chối. Nhưng cuối cùng anh ấy kiệt sức, cay đắng và kiệt sức. Học cách nói "không" là điều yêu thương nhất mà anh ấy từng làm.

Câu chuyện của Grace:

Grace để mọi người chà đạp lên mình—cho đến khi cô nhận ra lòng tốt của mình không phải là sự yếu đuối, mà cần được bảo vệ. Cô đặt ra ranh giới và tìm thấy sự bình yên.

Nhận thức sùng đạo:

Chữa lành có nghĩa là học cách **bảo vệ trái tim bạn** . Ranh giới không phải là bức tường ngăn cách mọi người—mà là cánh cổng bảo vệ sự bình yên và tôn vinh giá trị của bạn.

Ranh giới nói rằng: *"Tôi yêu bạn và tôi cũng yêu chính mình."*

Câu hỏi phản ánh:

1. Bạn cần đặt ra ranh giới tốt hơn ở đâu trong cuộc sống?
2. Có mối quan hệ nào mà nỗi sợ bị từ chối khiến bạn phải đánh đổi sự bình yên của mình không?

Lời cầu nguyện:

Lạy Chúa, xin giúp con tôn vinh Chúa bằng cách tôn vinh chính mình. Xin dạy con biết nói không khi cần và nói có khi đúng. Xin ban cho con sức mạnh để đặt ra ranh giới bằng tình yêu. Amen.

Lời nhắc viết nhật ký:

Vẽ một bản đồ ranh giới cá nhân—điều gì được phép, điều gì không được phép và điều gì bạn cần để cảm thấy an toàn và trọn vẹn.

Ghi chú:

NGÀY 20: Đứng trong danh tính mới của bạn

Kinh thánh (AMP):

"Vậy nên, nếu ai ở trong Đấng Christ [tức là được ghép vào, kết hợp với Ngài bởi đức tin nơi Ngài là Cứu Chúa], thì người ấy là một tạo vật mới [được tái sinh và đổi mới bởi Đức Thánh Linh]… " – 2 Cô-rinh-tô 5:17

Câu chuyện của Michael:

Michael không còn tự giới thiệu mình là "một người đàn ông có vấn đề" nữa. Anh nói, *"Tôi đã được cứu chuộc, phục hồi và đang trên đường truyền giáo".*

Câu chuyện của Grace:

Grace không còn đóng vai trò nhỏ bé nữa. Cô bước vào phòng và biết rằng mình được chọn—không phải vì cô là ai—mà vì cô thuộc về *Ai* .

Nhận thức sùng đạo:

Sự từ chối đã cố gắng định nghĩa danh tính của bạn.

Nhưng **sự cứu chuộc sẽ viết lại nó** . Bạn không bị tan vỡ, bị từ chối hay bị lãng quên.

Bạn là con của Chúa - được phục hồi, đổi mới và rạng rỡ.

Câu hỏi phản ánh:

1. Bạn sẽ mô tả bản sắc của mình hiện tại như thế nào?
2. Những thói quen hàng ngày nào giúp bạn vững vàng trong bản sắc mới của mình?

Lời cầu nguyện:

Chúa Jêsus, con bước trọn vẹn vào danh tính mà Ngài đã ban cho con. Con bỏ lại mọi nhãn hiệu giả dối và mạnh dạn bước đi như người được Ngài yêu dấu. Xin cho cuộc đời con phản ánh vinh quang của Ngài. Amen.

Lời nhắc viết nhật ký:

Tuyên bố danh tính của bạn trong Chúa Kitô trong một đoạn văn. Nói một cách mạnh dạn và giữ nó ở nơi bạn có thể đọc hàng ngày.

Ghi chú:

NGÀY 21: Tìm lại giọng nói của bạn

Kinh Thánh (NLT):

"Lưỡi có thể đem lại sự chết hoặc sự sống; Kẻ thích nói sẽ gặt lấy hậu quả." – Châm ngôn 18:21

Câu chuyện của Michael:

Michael đã im lặng để giữ hòa bình. Nhưng anh nhận ra rằng tiếng nói của mình có giá trị. Lời chứng của anh bắt đầu giải thoát cho những người khác khi anh bắt đầu lên tiếng.

Câu chuyện của Grace:

Grace luôn để người khác nói thay cô. Nhưng ngày cô kể câu chuyện của mình trước công chúng, cô đã khóc - không phải vì xấu hổ, mà vì được chữa lành.

Nhận thức sùng đạo:

Sự từ chối thường cướp đi tiếng nói của chúng ta. Nhưng chữa lành sẽ phục hồi nó. Câu chuyện của bạn quan trọng. Giọng nói của bạn mang sức mạnh và sự chữa lành—cho chính bạn và những người khác.

Bạn không còn là người không có tiếng nói nữa. Bạn là *sứ giả của hy vọng* .

Câu hỏi phản ánh:

1. Bạn có phải đã im lặng vì sợ hãi hoặc bị từ chối trong quá khứ không?
2. Hành trình chữa lành của bạn đã trang bị cho bạn thông điệp gì để chia sẻ?

Lời cầu nguyện:

Lạy Cha, xin giúp con nói lên sự sống. Xin phục hồi giọng nói của con và ban cho con lòng can đảm để chia sẻ những gì Cha đã làm. Xin cho câu chuyện của con mang lại sự tự do cho người khác. Amen.

Lời nhắc viết nhật ký:

Viết một phiên bản ngắn về lời chứng của bạn—bạn đã trải qua điều gì và Chúa đang dẫn dắt bạn đến đâu.

Ghi chú:

NGÀY 22: Chuộc lại những lỗi lầm trong quá khứ

Kinh thánh (AMP):

"Chúng ta biết rằng Đức Chúa Trời khiến mọi sự hiệp lại làm ích cho chúng ta..." – Rô-ma 8:28

Câu chuyện của Michael:

Michael tin rằng quá khứ của anh đã làm anh mất tư cách. Nhưng Chúa đã dùng những thất bại của anh làm nền tảng cho sự kêu gọi của anh.

Câu chuyện của Grace:

Grace nghĩ rằng lịch sử các mối quan hệ đổ vỡ khiến cô không thể sử dụng được. Nhưng Chúa đã biến nỗi đau của cô thành một mục vụ chữa lành cho người khác.

Nhận thức sùng đạo:

Sự từ chối thường khiến chúng ta ám ảnh bởi sự hối tiếc. Nhưng Chúa không lãng phí bất cứ điều gì, ngay cả những thất bại của chúng ta. Ngài cứu chuộc, phục hồi và viết lại câu chuyện của chúng ta.

Không có gì vượt quá ân điển của Ngài.

Câu hỏi phản ánh:

1. Những sai lầm nào trong quá khứ vẫn khiến bạn xấu hổ?
2. Chúa muốn sử dụng những kinh nghiệm đó như thế nào để vinh danh Ngài?

Lời cầu nguyện:

Lạy Chúa, cảm ơn Chúa vì không có gì có thể ngăn cản con khỏi tình yêu của Chúa. Xin cứu chuộc quá khứ của con. Xin sử dụng câu chuyện của con cho điều tốt lành và làm nên vẻ đẹp từ sự tan vỡ của con. Amen.

Lời nhắc viết nhật ký:

Hãy suy ngẫm về một điều hối tiếc trong quá khứ của bạn. Hãy cầu xin Chúa cho bạn thấy cách Ngài cứu chuộc điều đó.

Ghi chú:

NGÀY 23: Nhận được sự bình an nội tâm

Kinh Thánh (NLT):

"Ta để lại cho các ngươi một món quà—sự bình an trong tâm trí và trái tim. Và sự bình an mà Ta ban cho là một món quà mà thế gian không thể ban cho…" – Giăng 14:27

Câu chuyện của Michael:

Michael bị dày vò bởi sự lo lắng và hoài nghi. Nhưng trong sự hiện diện của Chúa, anh tìm thấy sự tĩnh lặng neo giữ anh.

Câu chuyện của Grace:

Grace thường bận rộn để tránh sự im lặng. Nhưng khi cuối cùng cô chậm lại, sự bình yên đã tìm đến cô.

Nhận thức sùng đạo:

Sự từ chối tạo ra sự hỗn loạn bên trong—nhưng Chúa Jesus ban sự bình an bên trong. Bình an không phải là sự vắng mặt của xung đột—mà là sự hiện diện của Chúa Kitô.

Bạn được an toàn khi ở trong Ngài.

Câu hỏi phản ánh:

1. Điều gì thường xuyên đánh cắp sự bình yên của bạn nhất?
2. Bạn có thể làm gì để tạo không gian đón nhận sự bình an của Chúa mỗi ngày?

Lời cầu nguyện:

Chúa Giê-su, xin hãy là sự bình an của con. Xin hãy làm dịu mọi cơn bão trong con. Xin hãy để sự bình an của Chúa trở thành bầu không khí của con. Con nhận được sự bình an mà chỉ có Chúa mới có thể ban cho. Amen.

Lời nhắc viết nhật ký:

Hãy mô tả một khoảnh khắc trong tuần này khi bạn cảm thấy bình yên. Điều gì góp phần tạo nên khoảnh khắc đó?

Ghl chú:

NGÀY 24: Xây dựng một cộng đồng hỗ trợ

Kinh thánh (AMP):

"Hai người hơn một… Nếu một trong hai người sa ngã, thì người kia sẽ đỡ bạn mình lên." – Truyền Đạo 4:9–10a

Câu chuyện của Michael:

Michael đã cố gắng tự chữa lành, nhưng anh đã dừng lại. Khi tham gia một nhóm nam giới, anh đã tìm thấy sức mạnh trong cuộc đấu tranh chung.

Câu chuyện của Grace:

Grace có vấn đề về lòng tin. Nhưng dần dần, cô đã mở lòng với một nhóm phụ nữ đã trở thành phao cứu sinh của cô.

Nhận thức sùng đạo:

Sự từ chối cô lập, nhưng sự phục hồi diễn ra trong

cộng đồng. Bạn không được tạo ra để sống một mình.

Các mối quan hệ an toàn và hỗ trợ là một phần trong kế hoạch chữa lành mà Chúa dành cho bạn.

Câu hỏi phản ánh:

1. Bạn có những người nâng đỡ bạn về mặt tinh thần và cảm xúc không?
2. Bạn có thể thực hiện những bước nào để xây dựng mối quan hệ tin kính?

Lời cầu nguyện:

Lạy Chúa, xin dẫn dắt con đến với những người phù hợp. Xin giúp con tìm thấy và nuôi dưỡng cộng đồng phản ánh tấm lòng của Chúa. Xin chữa lành nỗi sợ gần gũi của con. Amen.

Lời nhắc viết nhật ký:

Liệt kê những người ủng hộ hành trình chữa lành của bạn. Viết ra những điều bạn biết ơn về họ—hoặc viết lời cầu nguyện cho những mối quan hệ trong tương lai.

Ghi chú:

NGÀY 25: Tuyên chiến với sự xấu hổ

Kinh Thánh (NLT):

"Vậy nên hiện nay không còn sự lên án nào cho những ai thuộc về Đấng Christ Jêsus." – Rô-ma 8:1

Câu chuyện của Michael:

Quá khứ của Michael ám ảnh anh cho đến một ngày anh hét lên, *"Tôi không phải là tôi của ngày xưa—tôi là người mà Người nói tôi là!"* Sự xấu hổ đã cắt đứt cuộc đời anh vào khoảnh khắc đó.

Câu chuyện của Grace:

Grace cảm thấy xấu hổ như một lớp da thứ hai—cho đến khi cô đứng trước gương và nói, *"Tôi tha thứ cho chính mình."* Lần đầu tiên, cô cảm thấy được tự do.

Nhận thức sùng đạo:

Sự xấu hổ nói rằng, *"Bạn không xứng đáng."* Nhưng

Chúa Giê-su nói rằng, *"Bạn được tha thứ, được yêu thương và được đổi mới."*

Bạn không còn phải sống trong sự xấu hổ nữa. Thập giá có lời phán quyết cuối cùng.

Câu hỏi phản ánh:

1. Những khía cạnh nào trong cuộc sống của bạn vẫn còn bị đè nặng bởi sự xấu hổ?
2. Rô-ma 8:1 tuyên bố lẽ thật nào dành cho bạn?

Lời cầu nguyện:

Chúa Jêsus, con từ chối sự xấu hổ. Con nhận được sự tha thứ và ân điển của Ngài. Con không bị lên án—con trong sạch, được chọn và trọn vẹn trong Ngài. Amen.

Lời nhắc viết nhật ký:

Viết một bức thư cho chính bạn trong quá khứ - đầy tình yêu thương, sự duyên dáng và lời khẳng định.

Ghi chú:

NGÀY 26: Chấp nhận bản sắc thực sự của bạn

Kinh thánh (AMP):

"Nhưng anh em là dòng giống được lựa chọn, là chức tế lễ hoàng gia, là dân được thánh hiến, là dân riêng của Đức Chúa Trời..." – 1 Phi-e-rơ 2:9

Câu chuyện của Michael:

Michael đã mang nhiều nhãn hiệu—thất bại, thất vọng, sai lầm. Nhưng trong Chúa Kitô, anh khám phá ra mình là hoàng gia, không phải là đống đổ nát.

Câu chuyện của Grace:

Grace sống dưới những nhãn hiệu mà người khác đặt cho cô. Nhưng khi cô chấp nhận danh tính là con gái của Chúa, vẻ mặt của cô đã thay đổi.

Nhận thức sùng đạo:

Sự từ chối cố gắng đặt tên cho chúng ta—nhưng Chúa đã làm thế rồi. Ngài gọi chúng ta *là những người được chọn, được yêu, toàn vẹn, của Ngài.* Bạn không phải là quá khứ của bạn. Bạn không phải là những gì họ nói.

Bạn chính là người mà *Chúa* nói bạn là.

Câu hỏi phản ánh:

1. Bạn đã chấp nhận những nhãn tiêu cực nào về bản thân mình?
2. Chúa nói gì về danh tính của bạn?

Lời cầu nguyện:

Lạy Cha, con từ chối mọi danh tính giả tạo. Con chấp nhận con người mà Cha nói con là—được yêu thương, được chọn lựa và có giá trị. Xin cho danh tính của con được bắt nguồn từ Cha. Amen.

Lời nhắc viết nhật ký:

Viết một lời tuyên bố về con người bạn trong Chúa Kitô. Nói to lên mỗi buổi sáng.

Ghi chú:

NGÀY 27: Đi bộ trong sự tha thứ

Kinh Thánh (NLT):

"Hãy thông cảm với lỗi lầm của nhau… Hãy nhớ rằng, Chúa đã tha thứ cho anh em, vậy anh em cũng phải tha thứ cho người khác." – Cô-lô-se 3:13

Câu chuyện của Michael:

Michael vẫn cay đắng với cha mình. Nhưng khi anh tha thứ cho cha mình, quá trình chữa lành trong cuộc sống của anh đã diễn ra nhanh hơn.

Câu chuyện của Grace:

Grace đã viết một lá thư cho mẹ cô, người chưa bao giờ xác nhận cô. Mặc dù cô chưa bao giờ gửi nó, nhưng lòng tha thứ đã tràn ngập trái tim cô.

Nhận thức sùng đạo:

Sự tha thứ không phải là dung túng cho sự tổn thương—mà là lựa chọn tự do thay vì ràng buộc. Bạn không thể bước đi trong sự phục hồi khi mang trong mình xiềng xích cay đắng.

Sự tha thứ là dành cho *bạn* .

Câu hỏi phản ánh:

1. Bạn vẫn cần tha thứ cho ai một cách chân thành?
2. Điều gì đang ngăn cản bạn buông bỏ nó?

Lời cầu nguyện:

Lạy Chúa, con chọn tha thứ. Con giải thoát nỗi đau và con người. Xin chữa lành vết thương của con khi con vâng lời Ngài. Xin ban cho con ân sủng để bước đi trong sự tự do. Amen.

Lời nhắc viết nhật ký:

Viết một lời cầu nguyện tha thứ cho người đã làm bạn tổn thương sâu sắc.

Ghi chú:

NGÀY 28: Theo đuổi mục đích với sự táo bạo

Kinh Thánh (NLT):

"Vì chúng ta là kiệt tác của Đức Chúa Trời. Ngài đã dựng nên chúng ta mới trong Đấng Christ Jesus, để chúng ta có thể làm những việc tốt lành mà Ngài đã hoạch định cho chúng ta…" – Ê-phê-sô 2:10

Câu chuyện của Michael:

Michael chưa bao giờ nghĩ rằng Chúa có thể sử dụng anh. Nhưng giờ đây, anh ấy hướng dẫn những người đàn ông trẻ tuổi từ những gia đình tan vỡ—giống như anh ấy đã từng làm.

Câu chuyện của Grace:

Grace đã thành lập một nhóm hỗ trợ cho những phụ nữ đang phải đấu tranh với sự bất an. Nỗi đau của cô đã trở thành nền tảng của cô.

Nhận thức sùng đạo:

Chúa không chỉ chữa lành *cho chúng ta* . Ngài chữa lành chúng ta để chúng ta có thể giúp chữa lành cho người khác. Sự phục hồi của bạn được kết nối với sự phục hồi của người khác.

Bạn được *trao quyền để tạo ra tác động.*

Câu hỏi phản ánh:

1. Niềm đam mê nào đã nảy sinh từ nỗi đau của bạn?
2. Bạn có thể bắt đầu phục vụ người khác bằng câu chuyện của mình như thế nào?

Lời cầu nguyện:

Lạy Cha, xin hãy dùng cuộc hành trình của con để vinh danh Cha. Xin chỉ cho con biết phải phục vụ ai và như thế nào. Xin cho cuộc sống con tỏa sáng với mục đích. Amen.

Lời nhắc viết nhật ký:

Liệt kê ba cách quá khứ của bạn có thể giúp ích cho người khác ngày hôm nay. Bạn sẽ làm gì trong tuần này để hành động theo một trong số những cách đó?

Ghi chú:

NGÀY 29: Sống trọn vẹn không lay chuyển

Kinh thánh (AMP):

"Người nào trí hướng về Ngài, Ngài sẽ gìn giữ và gìn giữ trong sự bình an trọn vẹn và liên tục…" – Ê-sai 26:3

Câu chuyện của Michael:

Michael từng hoảng sợ khi bị từ chối. Bây giờ, sự từ chối đã trôi qua—bản sắc của anh đã quá cố định để có thể lay chuyển.

Câu chuyện của Grace:

Grace không còn bị kích hoạt bởi sự bỏ rơi nữa. Cô ấy biết mình được an toàn trong Chúa, và sự bình an không thể bị đánh cắp.

Nhận thức sùng đạo:

Sự trọn vẹn không phải là sự hoàn hảo. Đó là sự bình yên trong cơn bão. Khi bạn bám rễ vào Chúa Kitô, sự từ chối có thể gõ cửa—nhưng nó sẽ không nhổ bật gốc rễ bạn.

Bạn là toàn vẹn. Bạn là không thể lay chuyển.

Câu hỏi phản ánh:

1. Có tình huống nào từng khiến bạn bối rối nhưng giờ thì không còn nữa không?
2. Điểm tựa của bạn là gì khi cuộc sống trở nên bất ổn?

Lời cầu nguyện:

Lạy Chúa, con nhận được sự trọn vẹn của Ngài. Xin sự bình an của Ngài bảo vệ trái tim và tâm trí con. Xin khiến con không thể lay chuyển trong Ngài. Amen.

Lời nhắc viết nhật ký:

Viết về sự thay đổi của bạn kể từ Ngày 1 của hành trình này.

Ghi chú:

NGÀY 30: Được ủy nhiệm để chữa lành người khác

Kinh Thánh (NLT):

"Ngài an ủi chúng ta trong mọi cơn hoạn nạn, để chúng ta có thể an ủi người khác…" – 2 Cô-rinh-tô 1:4

Câu chuyện của Michael:

Michael chưa bao giờ nghĩ mình sẽ trở thành một nhà lãnh đạo. Nhưng giờ đây anh ấy đi khắp nơi để chia sẻ cách Chúa chữa lành những trái tim giống như anh ấy.

Câu chuyện của Grace:

Grace dẫn đầu các buổi tĩnh tâm cho phụ nữ đang chữa lành chấn thương. Những vết sẹo của cô đã trở thành tiếng gọi thiêng liêng của cô.

Nhận thức sùng đạo:

Đây không phải là kết thúc—mà là sự khởi đầu. Hành

trình phục hồi của bạn giờ đây là *chức vụ của bạn* . Bạn đã được *gọi* , *được trang bị* và *được sai đi* .

Bạn là phương tiện chữa lành.

Câu hỏi phản ánh:

1. Ai là người cần nghe câu chuyện của bạn ngay bây giờ?
2. Bạn sẽ làm gì với sự chữa lành mà bạn đã nhận được?

Lời cầu nguyện:

Lạy Cha, cảm ơn Cha đã phục hồi con. Con nhận được tiếng gọi của Cha. Xin biến con thành ánh sáng và là phương tiện hy vọng cho những người khác vẫn còn trong bóng tối. Amen.

Lời nhắc viết nhật ký:

Viết "lá thư ủy thác" của Chúa. Ngài kêu gọi bạn làm gì từ đây?

Ghi chú:

Kết luận: Từ phục hồi đến mục đích

Bạn đã đi một chặng đường dài. Ba mươi ngày trước, bạn đã bắt đầu cuộc hành trình này với gánh nặng của sự từ chối—một số vết thương còn mới, một số khác đã bị chôn vùi sâu dưới nhiều năm im lặng. Nhưng từng ngày, từng sự thật, bạn đã đối mặt với nỗi đau, mở lòng mình và mời Chúa chữa lành những gì đã tan vỡ.

Bây giờ, có điều gì đó đã thay đổi. Bạn không còn bị định nghĩa bởi sự từ chối nữa—bạn được đánh dấu bởi **sự cứu chuộc** .

Bạn được **yêu thương** —không phải vì những gì bạn đã làm, mà vì con người bạn trong Đấng Christ.
Bạn được **chọn** —được Chúa chọn lựa kỹ lưỡng cho thời điểm như thế này.
Bạn **trọn vẹn** —được phục hồi từ bên trong, không còn là tù nhân của quá khứ nữa.

Nhưng đây không phải là kết thúc, **đây là sự khởi đầu mới của bạn.**

Khi bạn bước vào giai đoạn tiếp theo của cuộc đời, mong bạn bước đi với sự tự tin mới, sự sáng suốt về mặt tâm linh và sự bình an không lay chuyển. Hãy để những vết sẹo trở thành lời chứng của bạn. Hãy để nỗi đau thúc đẩy mục đích của bạn. Hãy để cùng một Chúa đã chữa lành cho bạn giờ đây sử dụng bạn như một công cụ chữa lành cho người khác.

Bạn đã được chữa lành để trở thành người chữa bệnh.

Tiếp tục trong Lời Chúa. Ở trong cộng đồng. Dựa vào tiếng gọi của bạn. Vẫn còn nhiều cuộc sống đang chờ đợi ở phía bên kia sự vâng phục của bạn. Bạn đã nếm trải sự phục hồi—giờ hãy sống trong đó, phát triển trong đó và chia sẻ nó với thế giới.

Từ bị từ chối đến phục hồi. Từ tan vỡ đến trọn vẹn. Từ sống sót đến phát triển.
Đây là câu chuyện của bạn bây giờ.

Với tất cả tấm lòng,
Zacharias Godseagle ; Đại sứ Monday Ogbe & Comfort Ladi Ogbe
God's Eagle Ministries – GEMs
www.otakada.org

Được yêu thương, được lựa chọn và trọn vẹn: Hành trình 30 ngày từ sự từ chối đến sự phục hồi

CÁCH ĐƯỢC SINH LẠI BỞI BILLY GRAHAM

Làm thế nào để được tái sinh

Bởi Billy Graham

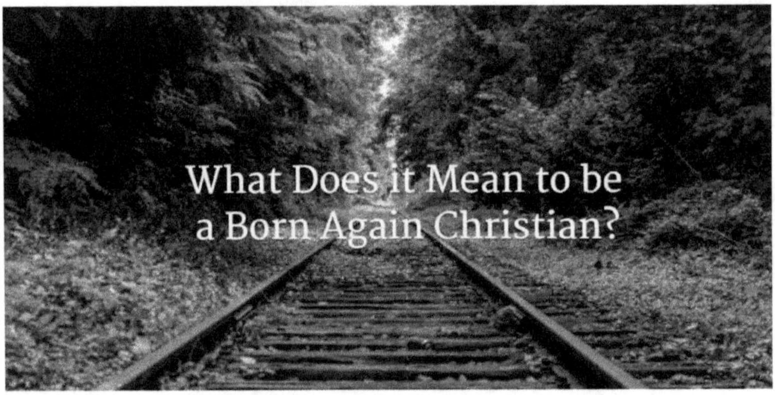

Một người đàn ông tên là Nicodemus đã đến gặp Chúa Jesus vào ban đêm. Có lẽ ông sợ bị chỉ trích hoặc ông muốn có một cuộc trò chuyện riêng tư, hoặc có thể ông muốn biết thêm trước khi cam kết với Chúa Jesus Christ. Trong mọi trường hợp, ông đã đến và hỏi Chúa Jesus một số câu hỏi.

Chúa Giê-su nhìn ông và nói, "Ni-cô-đem, ngươi cần phải được sinh lại" (so sánh Giăng 3:5). Trên thực tế, Ngài đã nói, "Quả thật, quả thật"—và bất cứ khi nào Chúa Giê-su sử dụng cách diễn đạt đó, Ngài có ý nói rằng điều sắp xảy ra là rất quan trọng. Ngài đã nói,

"Quả thật, quả thật, ta nói cùng ngươi ... các ngươi phải được sinh lại" (Giăng 3:5,7, KJV).

Bạn đã được tái sinh chưa? **Hãy gọi đó là sự cải đạo, hãy gọi đó là sự cam kết, hãy gọi đó là sự ăn năn** , hãy gọi đó là được cứu rỗi, nhưng điều đó đã xảy ra với bạn chưa? Đấng Christ có sống trong lòng bạn không? Bạn có biết điều đó không? Nhiều người đã suy nghĩ rất lâu về tôn giáo và Cơ đốc giáo nhưng chưa bao giờ cam kết. Bạn có cam kết với Chúa Jesus Christ không?

Nicodemus hẳn đã sửng sốt khi Chúa Jesus nói, "Các ngươi phải được tái sinh." Sẽ không có vẻ gì là sốc nếu Chúa Jesus nói điều đó với Zacchaeus, người thu thuế, hay với tên trộm trên thập tự giá, hay với người phụ nữ bị bắt quả tang ngoại tình. Nhưng Nicodemus là một trong những nhà lãnh đạo tôn giáo vĩ đại nhất thời bấy giờ. Tuy nhiên, ông vẫn đang tìm kiếm thực tế.

Bạn có thể đến nhà thờ, nhưng có lẽ bạn vẫn đang tìm kiếm. Có một khoảng trống trong trái tim bạn, và có điều gì đó bên trong mách bảo bạn rằng bạn không thực sự đúng với Chúa. Nicodemus đã ăn chay hai ngày một tuần. Ông dành hai giờ mỗi ngày để cầu nguyện. Ông dâng một phần mười. Tại sao Chúa Jesus nói rằng Nicodemus phải được tái sinh? Bởi vì Ngài có thể đọc được trái tim của Nicodemus. Chúa Jesus thấy rằng Nicodemus đã che phủ mình bằng tôn giáo nhưng vẫn chưa tìm thấy mối tương giao với Chúa.

Gốc rễ của vấn đề của chúng ta

Nguyên nhân nào gây ra mọi rắc rối của chúng ta trên thế gian này—nói dối, gian lận, hận thù, định kiến, bất bình đẳng xã hội và chiến tranh? Chúa Jesus phán, "Nhưng những điều bởi miệng mà ra thì từ trong lòng mà ra, và chúng làm cho người ta ô uế" (Ma-thi-ơ 15:18). Ngài phán rằng vấn đề nằm ở trong lòng chúng ta; lòng chúng ta cần phải thay đổi.

Các nhà tâm lý học, xã hội học và bác sĩ tâm thần đều thừa nhận rằng có điều gì đó không ổn với loài người. Nhiều từ trong Kinh thánh mô tả điều đó. Trong số đó có từ **vi phạm** : "Tội lỗi là sự vi phạm luật pháp" (1 John 3:4, KJV). Luật nào? Luật pháp của Moses, Mười Điều Răn. Bạn đã bao giờ vi phạm một trong những Điều Răn đó chưa? Vậy thì bạn có tội vì đã vi phạm tất cả chúng (James 2:10).

Từ tội lỗi mang theo ý tưởng về việc không đạt được mục tiêu, không hoàn thành bổn phận của mình, không làm những gì chúng ta phải làm. Kinh thánh nói rằng, "Mọi sự không công bình đều là tội lỗi" (1 John 5:17, KJV). Nhưng trước khi chúng ta có thể lên thiên đàng, chúng ta phải có sự công bình. Chúa nói rằng, "Hãy nên trọn vẹn như ta là trọn vẹn, thánh khiết như ta là thánh khiết" (Matthew 5:48, 1 Peter 1:16).

Chúng ta sẽ đạt được sự hoàn hảo đó ở đâu? Chúng ta không có nó ngay bây giờ, nhưng chúng ta không thể lên thiên đàng nếu chúng ta không có nó. Đó là lý do tại sao Chúa Kitô đã chết trên thập tự giá; Ngài đã đổ huyết và sống lại để cung cấp sự công chính cho chúng ta.

Một từ khác là **sự gian ác** , có nghĩa là quay lưng lại với con đường ngay thẳng. Ê-sai đã nói, "Chúng ta thảy đều như chiên đi lạc; Chúng ta ai nấy đều quay theo đường riêng mình; Và Đức Giê-hô-va đã chất trên Ngài sự gian ác của hết thảy chúng ta" (Ê-sai 53:6).

Kinh Thánh chép rằng, "Cho nên, như bởi một người mà tội lỗi đã vào thế gian, lại bởi tội lỗi mà có sự chết… thì sự chết đã lan tràn đến mọi người như vậy, vì mọi người đều đã phạm tội" (Rô-ma 5:12). Mỗi người đều cần một sự thay đổi triệt để. Chúng ta cần được tha thứ tội lỗi; chúng ta cần được mặc lấy sự công chính của Đức Chúa Trời. Để tìm thấy sự viên mãn trong cuộc sống này, chúng ta cần tìm một điều gì đó để cam kết. Bạn có phải là người cam kết không? Bạn cam kết điều gì? Tại sao bạn không biến Chúa Kitô thành mục đích của mình và theo Ngài? Ngài sẽ không bao giờ làm bạn thất vọng.

Sự tái sinh

Một số người đặt câu hỏi: Sự tái sinh là gì? Nicodemus cũng đặt câu hỏi đó: "Làm sao một người có thể được sinh ra khi đã già?" Ông muốn hiểu điều đó.

Tôi sinh ra và lớn lên trong một trang trại bò sữa. Làm sao một con bò đen có thể ăn cỏ xanh và sản xuất ra sữa trắng và bơ vàng? Tôi không hiểu điều đó. Tôi có thể nói, "Vì tôi không hiểu, tôi sẽ không bao giờ uống sữa nữa." Và bạn sẽ nói, "Bạn điên rồi."

Tôi không hiểu điều đó, nhưng tôi chấp nhận nó bằng đức tin. Nicodemus chỉ có thể nhìn thấy vật chất và vật lý, nhưng Chúa Jesus đang nói về tâm linh.

Sự tái sinh được thực hiện như thế nào? Chúng ta không thể thừa hưởng sự tái sinh. Kinh thánh nói rằng những người được tái sinh "không phải sinh ra bởi khí huyết, cũng không phải bởi ý muốn của xác thịt, cũng không phải bởi ý muốn của người đàn ông, nhưng bởi Đức Chúa Trời" (Giăng 1:13). Cha mẹ chúng ta có thể là những Cơ đốc nhân tái sinh vĩ đại nhất trên thế giới, nhưng điều đó không khiến chúng ta cũng trở thành Cơ đốc nhân tái sinh. Nhiều người có ý tưởng rằng vì họ được sinh ra trong một gia đình Cơ đốc giáo, họ tự động trở thành Cơ đốc nhân. Họ không phải vậy.

Chúng ta cũng không thể tự mình tìm đến với Chúa. Kinh Thánh nói rằng sự cứu rỗi đến "không phải bởi những việc công bình mà chúng ta đã làm, nhưng theo lòng thương xót của Ngài, Ngài đã cứu chúng ta, qua sự rửa sạch của sự tái sinh và sự đổi mới của Đức Thánh Linh" (Tít 3:5).

Cải cách cũng không đủ. Chúng ta có thể nói, "Tôi sẽ lật sang trang mới," hoặc "Tôi sẽ đưa ra các quyết tâm cho năm mới." Nhưng Ê-sai đã nói rằng trước mắt Đức Chúa Trời, "mọi sự công bình của chúng ta như miếng giẻ bẩn thỉu" (Ê-sai 64:6).

Một số người trong chúng ta đã thay đổi bên ngoài để phù hợp với các tiêu chuẩn xã hội hoặc hành vi nhất định mà các nhà thờ mong đợi ở chúng ta, nhưng bên trong chúng ta chưa bao giờ thay đổi. Đó là điều Chúa Jesus đã nói với Nicodemus. Ngài nói, "Nicodemus, bạn cần thay đổi bên trong", và chỉ có Chúa Thánh Linh mới có thể làm được điều đó. Được sinh ra từ trên cao là một hành động siêu nhiên của Chúa. Chúa Thánh Linh thuyết phục chúng ta về tội lỗi của mình; Ngài làm chúng ta bối rối vì chúng ta đã phạm tội với Chúa. Và sau đó Chúa Thánh Linh tái sinh chúng ta. Đó là lúc chúng ta được tái sinh. Chúa Thánh Linh đến sống trong lòng chúng ta để giúp chúng ta trong cuộc sống hàng ngày. Thánh Linh của Chúa ban cho chúng ta sự bảo đảm, ban cho chúng ta niềm vui, tạo ra hoa trái trong cuộc sống của chúng ta và dạy chúng ta Kinh thánh.

Một số người cố gắng bắt chước Chúa Kitô. Họ nghĩ rằng tất cả những gì chúng ta phải làm là cố gắng theo Chúa Jesus và cố gắng làm những điều Ngài đã làm, và chúng ta sẽ được lên thiên đàng. Nhưng chúng ta không thể làm được. Chúng ta có thể biết những bài hát tôn giáo. Chúng ta thậm chí có thể cầu nguyện. Nhưng nếu chúng ta chưa đến chân thập tự giá, chúng ta chưa được tái sinh. Đó là thông điệp mà Chúa Jesus đang cố gắng dạy chúng ta.

Được tái sinh có nghĩa là "[Đức Chúa Trời] sẽ ban cho các ngươi một tấm lòng mới và đặt một thần linh mới trong các ngươi" (Ê-xê-chi-ên 36:26). "Những sự cũ đã qua đi; nầy, mọi sự đều trở nên mới" (2 Cô-rinh-tô 5:17). Chúng ta là "những người dự phần vào bản chất thiêng liêng" (2 Phi-e-rơ 1:4); chúng ta đã "vượt qua sự chết đến sự sống" (Giăng 5:24). Sự tái sinh mang đến sự thay đổi trong triết lý và cách sống của chúng ta.

Bí ẩn

Có một điều bí ẩn về sự tái sinh. Chúa Jesus đã nói, "Gió muốn thổi đâu thì thổi, ngươi nghe tiếng gió, nhưng không biết gió đến từ đâu và thổi đi đâu" (Giăng 3:8). Nhưng bạn có thể thấy kết quả. Chúa Jesus không cố gắng giải thích sự tái sinh cho

Nicodemus; tâm trí hữu hạn của chúng ta không thể hiểu được sự vô hạn. Chúng ta đến bằng đức tin đơn sơ như trẻ thơ, và chúng ta đặt đức tin của mình vào Chúa Jesus Christ. Khi chúng ta làm vậy, chúng ta được tái sinh.

Bạn có chắc chắn về sự cứu rỗi của mình không?

Điều này xảy ra theo cách này. Trước tiên, chúng ta phải lắng nghe Lời Chúa. "Đức tin đến bởi sự nghe, và sự nghe đến bởi lời của Đức Chúa Trời" (Rô-ma 10:17). Đó là bước đầu tiên. " Đức Chúa Trời vui lòng dùng sự điên rồ của lời rao giảng để cứu những người tin" (1 Cô-rinh-tô 1:21). Nghe có vẻ ngớ ngẩn khi những lời trong Kinh thánh có sức mạnh thấm vào lòng chúng ta và thay đổi cuộc sống chúng ta, nhưng chúng thực sự có, vì đó là lời thánh của Đức Chúa Trời.

Sau đó là công việc của Đức Thánh Linh. Ngài cáo trách: "Khi Ngài đến, Ngài sẽ cáo trách thế gian về tội lỗi, về sự công bình và về sự phán xét" (Giăng 16:8). Ngài thay đổi chúng ta. Ngài thay đổi ý muốn, tình cảm, mục tiêu sống, khuynh hướng của chúng ta. Ngài ban cho chúng ta một mục đích mới và những mục tiêu mới. "Những sự cũ qua đi, và mọi sự đều trở nên mới" (So sánh 2 Cô-rinh-tô 5:17). Sau đó, Ngài ngự trong chúng ta: "Anh em há chẳng biết rằng mình là đền thờ của Đức Chúa Trời, và Thánh Linh Đức Chúa Trời ngự trong anh em sao?" Đức Chúa Trời là Đức Thánh Linh có sống trong bạn không?

Chúa Jesus Christ nói rằng chúng ta phải được tái sinh. Làm thế nào chúng ta được tái sinh? Bằng cách ăn năn tội lỗi. Điều đó có nghĩa là chúng ta sẵn sàng thay đổi cách sống của mình. Chúng ta nói với Chúa, "Tôi là một tội nhân, và tôi xin lỗi." Thật đơn giản và trẻ con. Sau đó, bằng đức tin, chúng ta tiếp nhận Chúa Jesus Christ làm Chúa, Chủ và Cứu Chúa của chúng ta. Chúng ta sẵn lòng theo Ngài trong một cuộc sống mới của sự vâng phục, trong đó Đức Thánh Linh giúp đỡ chúng ta khi chúng ta đọc Kinh Thánh, cầu nguyện và làm chứng.

Nếu bạn còn nghi ngờ về việc mình đã được tái sinh hay chưa, tôi hy vọng bạn sẽ giải quyết ngay bây giờ, vì Kinh Thánh chép trong II Cô-rinh-tô 6:2, "Bây giờ là thì thuận tiện; ... [hôm nay] là ngày cứu rỗi."

"Tôi là một tội nhân, và tôi xin lỗi.

Bạn có lo lắng về tương lai không? Đang đấu tranh với một vấn đề cá nhân hoặc tâm linh gây ra sự lo lắng, bất an hoặc sợ hãi về ngày mai? Duyệt qua hàng chục chủ đề và câu hỏi và bắt đầu hành trình đến với cuộc sống bình yên hơn ngay bây giờ.

Bạn đang tìm câu trả lời?

Chúa có đang kéo trái tim bạn không? Bạn đã sẵn sàng cho một sự bình an thực sự và lâu dài chỉ đến thông qua mối quan hệ với Đức Chúa Trời chân thật duy nhất chưa? Hãy bước một bước đến với Ngài ngay hôm nay.

Bạn có thể có hòa bình với Chúa

Hòa bình là gì?

Rất nhiều người phấn đấu vì một điều hơn bất kỳ điều gì khác—hòa bình. Lý do họ tìm kiếm nó là vì không có sự thoải mái hay tự do lâu dài trong cuộc sống của họ. Giống như họ luôn bất ổn. Kinh thánh định nghĩa hòa bình chủ yếu theo ba cách.

Sự bình an về mặt tâm lý, sự thoải mái bên trong.
Sự bình an về mặt quan hệ, sự hòa hợp giữa con người.
Sự bình an về mặt tinh thần, giữa Chúa và con người.

Kinh thánh phác họa cách tội lỗi làm tổn hại hoặc xóa bỏ cả ba loại hòa bình. Khi Chúa tạo ra con người, con người đã hòa thuận với Chúa, với chính mình và với mọi người khác. Tuy nhiên, sự hòa bình đó đã mất đi khi con người chống lại Chúa. Hòa bình có thể được phục hồi, nhưng chúng ta không thể tự mình làm được. Chúa đã cung cấp một cách.

Chúa Jesus Christ, Con Một của Đức Chúa Trời, đã được sai đến thế gian để cất tội lỗi của chúng ta. Ngài đã làm như vậy bằng cách để mình bị đóng đinh, và chính sự hy sinh đó đã giúp chúng ta có thể có lại hòa bình—hòa bình trong chính mình, hòa bình với nhau và hòa bình với Đức Chúa Trời.

Sau khi Chúa Jesus chết trên thập tự giá, Ngài đã sống lại. Điều đó chứng minh Chúa Jesus là Đức Chúa Trời, nhưng cũng làm rõ rằng Ngài mong muốn mọi người có được sự bình an hoàn hảo. “Vì chính Ngài là sự bình an của chúng ta, … và Ngài đã đến rao giảng sự bình an cho anh em là những người ở xa và sự bình an cho những người ở gần” (Ê-phê-sô 2:14-17).

Chúa Jesus trao quyền cho mỗi người chúng ta để vượt qua mọi loại tội lỗi. Bất kể hoàn cảnh của bạn khó khăn đến mức nào, Chúa Kitô có thể vượt qua. Nhưng trước tiên bạn phải thừa nhận tội lỗi của mình và cam kết với Chúa Jesus, sau đó bạn có thể có được sự bình an hoàn hảo và biết ý nghĩa của nó.

Chúa Giê-su phán, "Ta đã bảo các ngươi mọi điều nầy để các ngươi có sự bình an trong ta" (Giăng 16:33). Để có được sự bình an, bạn phải biết Đấng có thể ban cho sự bình an.

Bạn đã sẵn sàng đón nhận sự bình an mà Chúa Jesus ban tặng chưa?

Những đóng góp tiếp theo để làm rõ hơn và bắt đầu cuộc sống mới của bạn trong Chúa Jesus Christ Dưới đây:

BẮT ĐẦU CUỘC SỐNG MỚI VỚI ĐỨC KITÔ

Bạn có thể có được sự bình an thực sự và lâu dài ngày hôm nay thông qua mối quan hệ với Chúa Jesus Christ. Hãy bắt đầu hành trình bốn bước của bạn ngay bây giờ!

Bước 1 – Mục đích của Chúa: Bình an và Sự sống

Chúa yêu thương bạn và muốn bạn trải nghiệm sự bình an và cuộc sống vĩnh cửu—dồi dào và vĩnh cửu. Kinh thánh nói rằng:

"Chúng ta được hòa thuận với Đức Chúa Trời qua Chúa chúng ta là Đức Chúa Jêsus Christ."
Rô-ma 5:1

"Vì Đức Chúa Trời yêu thương thế gian đến nỗi đã ban Con một của Ngài, hầu cho hễ ai tin Con ấy không bị hư mất mà được sự sống đời đời."
Giăng 3:16

"Ta [Chúa Giê-xu] đến để chiên được sự sống và sự sống dư dật."
Giăng 10:10

Tại sao hầu hết mọi người không có được sự bình an và cuộc sống sung túc mà Chúa đã định cho chúng ta?

Bước 2 – Vấn đề: Tội lỗi chia cắt chúng ta

Chúa đã tạo ra chúng ta theo hình ảnh của Ngài để có một cuộc sống sung túc. Ngài không tạo ra chúng ta như những con rô-bốt để tự động yêu thương và vâng lời Ngài. Chúa đã ban cho chúng ta ý chí và sự tự do lựa chọn. Chúng ta chọn không vâng lời Chúa và đi theo con đường theo ý muốn của riêng mình. Chúng ta vẫn đưa ra lựa chọn này ngày nay. Điều này dẫn đến sự xa cách với Chúa.
Kinh thánh nói rằng:

"Vì mọi người đều đã phạm tội, thiếu mất sự vinh hiển của Đức Chúa Trời."
Rô-ma 3:23

"Vì tiền công của tội lỗi là sự chết, nhưng sự ban cho của Đức Chúa Trời là sự sống đời đời trong Đấng Christ Jêsus, Chúa chúng ta."
Rô-ma 6:23

Sự lựa chọn của chúng ta dẫn đến sự xa cách với Chúa. Con người đã cố gắng bằng nhiều cách để thu hẹp khoảng cách này giữa họ và Chúa... Kinh thánh nói rằng:

"Có một con đường coi dường chánh đáng cho loài người; Nhưng đến cuối cùng nó thành ra đường sự chết."
Châm ngôn 14:12

"Nhưng sự gian ác các ngươi đã làm xa cách các ngươi với Đức Chúa Trời các ngươi; tội lỗi các ngươi đã khiến Ngài ẩn mặt khỏi các ngươi đến nỗi Ngài không nghe các ngươi nữa."
Ê-sai 59:2

Không có cây cầu nào dẫn tới Chúa... ngoại trừ một cây cầu.

Bước 3 – Phương thuốc của Chúa: Thập giá

Chúa Jesus Christ đã chết trên thập tự giá và sống lại từ nấm mồ. Ngài đã trả giá cho tội lỗi của chúng ta và bắc cầu nối liền khoảng cách giữa Đức Chúa Trời và con người.
Kinh Thánh chép rằng:

"Vì chỉ có một Đức Chúa Trời, và chỉ có một Đấng Trung Gian ở giữa Đức Chúa Trời và loài người,

tức là Đức Chúa Jêsus Christ, là người.”
1 Ti-mô-thê 2:5

“Vì Đấng Christ cũng đã chịu chết một lần vì tội lỗi, là Đấng công bình thay cho kẻ không công bình, để dẫn chúng ta đến cùng Đức Chúa Trời.”
1 Phi-e-rơ 3:18

“Nhưng Đức Chúa Trời tỏ lòng yêu thương chúng ta khi Đấng Christ đã chết vì chúng ta trong khi chúng ta còn là người có tội.”
Rô-ma 5:8

Chúa đã cung cấp con đường duy nhất... Mỗi người phải đưa ra lựa chọn...

Bước 4 – Phản ứng của chúng ta: Tiếp nhận Chúa Kitô

Chúng ta phải tin cậy Chúa Jesus Christ là Chúa và Cứu Chúa và tiếp nhận Ngài bằng lời mời cá nhân. Kinh Thánh nói rằng:

“Này, Ta đứng ngoài cửa và gõ; nếu ai nghe tiếng Ta và mở cửa, Ta sẽ vào cùng người ấy, ăn tối với người ấy, và người ấy sẽ ăn tối với Ta.”
Khải Huyền 3:20

“Nhưng tất cả những ai tiếp nhận Ngài, tức là những người tin vào danh Ngài, thì Ngài ban cho quyền phép trở nên con cái Đức Chúa Trời.”
Giăng 1:12

“Nếu miệng bạn tuyên xưng Đức Chúa Jêsus là Chúa và lòng bạn tin rằng Đức Chúa Trời đã khiến

Ngài từ cõi chết sống lại, thì bạn sẽ được cứu." Rô-ma 10:9

Bạn có muốn tiếp nhận Chúa Jesus Christ ngay bây giờ không?

Sau đây là cách bạn có thể tiếp nhận Chúa Kitô:

Hãy thừa nhận nhu cầu của bạn. (Tôi là một tội nhân.)

Hãy sẵn sàng từ bỏ tội lỗi của bạn (ăn năn) và cầu xin sự tha thứ của Chúa.
Hãy tin rằng Chúa Jesus Christ đã chết vì bạn trên thập tự giá và sống lại từ nấm mồ. Qua lời cầu nguyện, hãy mời Chúa Jesus Christ đến và kiểm soát cuộc sống của bạn thông qua Chúa Thánh Linh. (Nhận Chúa Jesus làm Chúa và Cứu Chúa) Chúng tôi đề xuất một lời cầu nguyện như thế này:

"Lạy Chúa, con biết con là một tội nhân. Con muốn từ bỏ tội lỗi của mình, và con cầu xin sự tha thứ của Ngài. Con tin rằng Chúa Jesus Christ là Con của Ngài. Con tin rằng Ngài đã chết vì tội lỗi của con và rằng Ngài đã khiến Ngài sống lại. Con muốn Ngài ngự vào lòng con và nắm quyền kiểm soát cuộc sống của con. Con muốn tin cậy Chúa Jesus là Cứu Chúa của con và theo Ngài là Chúa của con từ ngày hôm nay trở đi. Nhân danh Chúa Jesus, amen."

Bạn có cầu nguyện để tiếp nhận Chúa Jesus Christ và bắt đầu mối quan hệ với Ngài không?

Vâng, tôi đã cầu nguyện

Không, nhưng tôi có câu hỏi

Chuyển sang mục tiếp theo để rõ ràng hơn

Câu chuyện cứu rỗi – Lời cầu nguyện cứu rỗi – Lời cầu nguyện cứu rỗi – Cuộc trò chuyện thực sự đầu tiên của chúng ta với Chúa

"Lời cầu nguyện cứu rỗi" là lời cầu nguyện quan trọng nhất mà chúng ta từng cầu nguyện. Khi chúng ta sẵn sàng trở thành một Cơ đốc nhân, chúng ta sẵn sàng có cuộc trò chuyện thực sự đầu tiên với Chúa, và đây là những thành phần của nó:

- Chúng tôi thừa nhận rằng Chúa Jesus Christ là Đức Chúa Trời; rằng Ngài đã đến thế gian như một con người để sống cuộc sống không tội lỗi mà chúng ta không thể sống được; rằng Ngài đã chết thay cho chúng ta, để chúng ta không phải trả giá cho hình phạt mà chúng ta đáng phải chịu.
- Chúng ta thú nhận cuộc sống tội lỗi trong quá khứ của mình — sống cho chính mình và không vâng lời Chúa.

- Chúng tôi thừa nhận rằng chúng tôi sẵn sàng tin cậy Chúa Jesus Christ là Cứu Chúa và Chúa của chúng tôi.
- Chúng ta cầu xin Chúa Giêsu đến trong lòng chúng ta, ngự ở đó và bắt đầu sống qua chúng ta.

Lời Cầu Nguyện Cứu Rỗi – Bắt Đầu Bằng Đức Tin Vào Chúa

Khi chúng ta cầu nguyện lời cầu nguyện cứu rỗi, chúng ta cho Chúa biết rằng chúng ta tin Lời Ngài là chân lý. Nhờ đức tin mà Ngài đã ban cho chúng ta, chúng ta chọn tin vào Ngài. Kinh Thánh cho chúng ta biết rằng " *không có đức tin thì không thể nào làm đẹp lòng Ngài, vì người đến gần Đức Chúa Trời phải tin rằng Ngài hiện hữu, và Ngài là Đấng hay thưởng cho những ai tìm kiếm Ngài* " (Hê-bơ-rơ 11:6).

Vì vậy, khi chúng ta cầu nguyện, xin Chúa ban cho món quà cứu rỗi, chúng ta đang thực hiện ý chí tự do của mình để thừa nhận rằng chúng ta tin vào Ngài. Sự thể hiện đức tin đó làm đẹp lòng Chúa, vì chúng ta đã tự do lựa chọn để biết Ngài.

Lời Cầu Nguyện Cứu Rỗi – Xưng Tội Lỗi Của Chúng Ta

Khi chúng ta cầu nguyện lời cầu nguyện cứu rỗi, chúng ta thừa nhận rằng chúng ta đã phạm tội. Như Kinh thánh nói về mọi người, ngoại trừ một mình

Chúa Kitô: “ *Vì mọi người đều đã phạm tội, và thiếu mất sự vinh hiển của Đức Chúa Trời* ” (Rô-ma 3:23).

Phạm tội chỉ đơn giản là không đạt được mục tiêu, giống như mũi tên không trúng đích. Vinh quang của Đức Chúa Trời mà chúng ta không đạt được chỉ có trong Chúa Jesus Christ: “ *Vì chính Đức Chúa Trời đã truyền lệnh cho ánh sáng chiếu ra từ bóng tối, Ngài đã chiếu sáng trong lòng chúng ta để ban ánh sáng cho sự hiểu biết về vinh quang của Đức Chúa Trời nơi mặt Chúa Jesus Christ* ” (2 Cô-rinh-tô 4:6).

Lời cầu nguyện cứu rỗi, sau đó, thừa nhận rằng Chúa Jesus Christ là con người duy nhất từng sống mà không có tội lỗi. “ *Vì Ngài đã làm cho Đấng không biết tội lỗi trở nên tội lỗi vì chúng ta, để chúng ta có thể trở nên sự công chính của Đức Chúa Trời trong Ngài* ” (2 Cô-rinh-tô 5:21).

Lời Cầu Nguyện Cứu Rỗi – Tuyên Xưng Đức Tin vào Đấng Christ là Cứu Chúa và Chúa

Với Chúa Kitô là tiêu chuẩn hoàn hảo của chúng ta, giờ đây chúng ta thừa nhận đức tin vào Ngài là Đức Chúa Trời, đồng ý với Sứ đồ John rằng: “ *Ban đầu có Ngôi Lời (Chúa Kitô), và Ngôi Lời ở với Đức Chúa Trời, và Ngôi Lời là Đức Chúa Trời. Ngài ở với Đức Chúa Trời lúc ban đầu. Mọi vật đều được tạo thành bởi Ngài, và không có Ngài thì không có vật gì được tạo thành* ” (John 1:1-3).

Bởi vì Đức Chúa Trời chỉ có thể chấp nhận một sự hy sinh hoàn hảo, vô tội, và bởi vì Ngài biết rằng chúng ta không thể nào thực hiện được điều đó, nên Ngài đã sai Con Ngài đến chết thay cho chúng ta và trả giá đời đời. " *Vì Đức Chúa Trời yêu thương thế gian đến nỗi đã ban Con một của Ngài, hầu cho hễ ai tin Con ấy không bị hư mất mà được sự sống đời đời* ." (Giăng 3:16).

Lời cầu nguyện cứu rỗi – Hãy nói ra và thực hiện ngay!

Bạn có đồng ý với mọi điều bạn đã đọc cho đến nay không? Nếu bạn đồng ý, đừng chần chừ thêm một phút nào nữa để bắt đầu cuộc sống mới của bạn trong Chúa Jesus Christ. Hãy nhớ rằng, lời cầu nguyện này không phải là một công thức kỳ diệu. Bạn chỉ đơn giản là bày tỏ tấm lòng của mình với Chúa. Hãy cầu nguyện điều này với chúng tôi:

"Cha ơi, con biết rằng con đã vi phạm luật pháp của Cha và tội lỗi của con đã khiến con xa cách Cha. Con thực sự xin lỗi, và giờ con muốn quay lưng lại với cuộc sống tội lỗi trong quá khứ của mình để hướng về Cha. Xin hãy tha thứ cho con, và giúp con tránh phạm tội lần nữa. Con tin rằng con trai của Cha, Chúa Jesus Christ đã chết vì tội lỗi của con, đã sống lại từ cõi chết, đang sống, và lắng nghe lời cầu nguyện của con. Con mời Chúa Jesus trở thành Chúa của cuộc đời con, để cai trị và ngự trị trong lòng con từ ngày hôm nay trở đi. Xin hãy sai Đức Thánh Linh của Cha đến để giúp con vâng lời Cha, và làm theo ý muốn của Cha trong suốt quãng đời còn lại của con. Nhân danh Chúa Jesus, con cầu nguyện, Amen."

Lời cầu nguyện cứu rỗi – Tôi đã cầu nguyện rồi; Bây giờ thì sao?

Nếu bạn đã cầu nguyện lời cầu nguyện cứu rỗi này với lòng tin và sự tin tưởng thực sự, thì giờ đây bạn đã là người theo Chúa Jesus. Đây là sự thật, bất kể bạn có cảm thấy khác biệt hay không. Các hệ thống tôn giáo có thể đã khiến bạn tin rằng bạn nên cảm thấy điều gì đó - một cảm giác ấm áp, một cảm giác ngứa ran hoặc một số trải nghiệm huyền bí khác. Sự thật là, bạn có thể hoặc không. Nếu bạn đã cầu nguyện lời cầu nguyện cứu rỗi và có ý như vậy, thì giờ đây bạn đã là người theo Chúa Jesus. Kinh thánh cho chúng ta biết rằng sự cứu rỗi đời đời của bạn là chắc chắn! " *Nếu miệng bạn xưng nhận Chúa Jesus và lòng tin rằng Đức Chúa Trời đã khiến Ngài từ cõi chết sống lại, thì bạn sẽ được cứu* " (Rô-ma 10:9).

Chào mừng đến với gia đình của Chúa! Chúng tôi khuyến khích bạn ngay bây giờ hãy tìm một nhà thờ địa phương nơi bạn có thể được rửa tội và phát triển sự hiểu biết về Chúa qua Lời Ngài, Kinh Thánh.

Bạn cũng có thể truy cập trang web của chúng tôi tại www.otakada.org để được giúp đỡ phát triển và trưởng thành trong Chúa Kitô

Sử dụng liên kết này trong nghiên cứu Kinh Thánh khám phá để tự mình khám phá Chúa Jesus
https://www.otakada.org/dbs-dmm/

Hành trình môn đồ 40 ngày

Hoặc bạn có thể bắt đầu hành trình 40 ngày theo tốc độ của mình trực tuyến qua liên kết này https://www.otakada.org/get-free-40-days-online-discipleship-course-in-a-journey-with-jesus/

Nếu bạn cần hướng dẫn, hãy gửi email đến info@otakada.org

Xin Chúa mở rộng cuộc sống của bạn và lấp đầy bạn bằng niềm vui, sự bình an, tình yêu và sự hòa hợp mà chỉ có Ngài mới có thể ban cho, Amen

Câu hỏi dành cho bạn!

Thông tin chia sẻ hôm nay, bạn có thấy hợp lý không? Nếu có, hãy đưa ra thêm hiểu biết sâu sắc hơn.
Trong tương lai, bạn sẽ làm gì khác? Hãy cam kết bắt đầu ngay lập tức!

Nếu bạn có câu hỏi tiếp theo, hãy thoải mái viết thư lại, gọi điện hoặc trò chuyện với chúng tôi vì chúng tôi tin rằng Thánh Linh của Chúa sẽ đưa ra câu trả lời vượt xa trí tưởng tượng hoang dã nhất của bạn. Chúng tôi ở đây để trang bị cho bạn để trở thành tất cả những gì Chúa gọi bạn trở thành và làm trong danh Chúa Jesus

Xin chào!

Zacharias Godseagle ; Đại sứ Monday Ogbe và Comfort Ladi Ogbe
Bộ Truyền giáo Đại bàng của Chúa GEM

https://www.otakada.org
đại sứ@otakada.org

Sách khác do tác giả xuất bản

Zacharias Godseagle

Prayer: The Mightiest Force in World : Mobilizing 10 million Intercessors for the NATIONS Kindle Edition

by Frank C. Laubach (Author), Zacharias Godseagle (Author) Format: Kindle Edition

4.7 5 ratings See all formats and editions

About the book - Prayer: The Mightiest Force in World - Mobilizing 10 million Intercessors for the NATIONS

Discover the transformative power of prayer in —***"Prayer: The Mightiest Force in the World - Mobilizing 10 million Intercessors for the NATIONS,"*** a compelling Christian nonfiction work urging readers to mobilize a movement of 10 million intercessors. This book, authored by **Frank C. Laubach and Zacharias Godseagle** emphasizes that prayer is a mighty force capable of changing lives, nations, and the world at large.

It challenges individuals to pray boldly and consistently for leaders, communities, and personal breakthrough, highlighting historical examples and testimonials of prayer's impact. With action plans, reflection questions, and journaling sections for individuals

https://www.amazon.com/Prayer-Mightiest-Mobilizing-million-Intercessors-ebook/dp/B0DYJYVKHT

Đại sứ Monday Ogbe

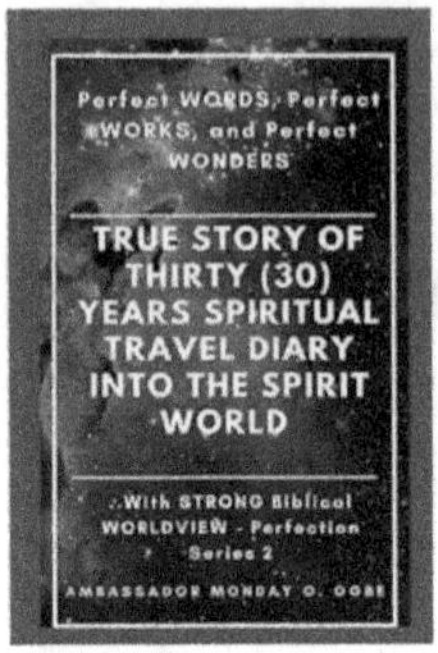

Read sample

True Story of Thirty (30) Years SPIRITUAL TRAVEL Diary into the Spirit World: Perfect WORDS, Perfect WORKS, and Perfect WONDERS

Kindle Edition

by O Ogbe, Ambassador Monday (Author), Peter Tan (Author) Format: Kindle Edition

See all formats and editions

Hello Friends, God is constantly calling His children to the place of perfection. In the garden of Eden, He told our first parent to eat everything except one of the trees. They broke the perfection clause and were driven out of the garden. He told Noah to prepare the ark according to specification and fill it up according to instruction. He told Abraham to walk before Him and be perfect. He told Moses to build the ark of the covenant according to as shown him on the mountain. The perfection clause continued till Jesus time where Jesus said, "I do nothing except what I see my Father doing and He is still calling us today to the place of perfection.

https://www.amazon.com/Story-Thirty-SPIRITUAL-TRAVEL-Spirit-ebook/dp/B0C7YRVSWG

Danh sách đầy đủ

https://www.amazon.com/s?k=Đại+sứ+Thứ+Hai+O.+Ogbe&ref=nb_sb_noss

Trang tác giả - https://www.amazon.com/stores/Ambassador-Monday-O.-Ogbe/author/B07MSBPFNX

Thoải mái Ladi Ogbe trong vai Amanda Daniel

Safeguarding Innocence: A Guide to Protecting Children from Predators Kindle Edition

by Amanda Daniel (Author) Format: Kindle Edition

5.0 ★★★★★ 5 ratings See all formats and editions

In a world where children's safety is a growing concern, Safeguarding Innocence serves as a crucial resource for parents and guardians. This comprehensive guide highlights the importance of awareness and proactive measures to protect children from various threats. It emphasizes open communication, education on safe boundaries, and online safety to equip kids with the tools they need to navigate potential dangers. The book also explores how to respond effectively to suspicious behaviors, the role of legislation, and the significance of community engagement. With sections dedicated to personal stories of resilience and strategies for fostering healthy relationships, this guide empowers caregivers to cultivate a safer environment. Combining practical advice with inspiring narratives, Safeguarding Innocence aims to create a united front against child predation, ensuring that both parents and children can thrive in a secure world.

https://www.amazon.com/Safeguarding-Innocence-Protecting-Children-Predators-ebook/dp/B0DJ5J31CW

https://www.amazon.com/s?k=Amanda+Daniel&crid=2ZF6MSTQ7W4Q0

www.ingramcontent.com/pod-product-compliance
Lightning Source LLC
LaVergne TN
LVHW010942051026
849532LV00003B/1095